ஹெல்த் இன்சூரன்ஸை விரைவாக விற்பது எப்படி

21 உண்மைகள் விற்பனைக்கு முன்
நீங்கள் தெரிந்து கொள்ள வேண்டும்

திரிலோக் பட்நாயக்

INDIA • SINGAPORE • MALAYSIA

ISBN 979-8-89186-569-3

இந்த புத்தகம் என்
அன்பான தந்தை மற்றும் தாய்க்கு
அர்ப்பணிக்கப்பட்டுள்ளது
விற்பனைக்கு முன் நீங்கள் தெரிந்துக் கொள்ள
வேண்டிய 21 உண்மைகள்:

உள்ளடக்கம்

அறிமுகம்

ஹெல்த் இன்சூரன்ஸ் என்ற புதிய கருத்து முதன்முதலில் *1694* ஆம் ஆண்டில் லண்டனில் உள்ள ஹக் சேம்பர்லனால் பரிந்துரைக்கப்பட்டது. அந்த நாட்களில், விபத்துக்கான உத்தரவாதம் மட்டுமே கவரேஜில் இருந்தது.

ஹெல்த் இன்ஷூரன்ஸ் பற்றிய உண்மையான அடிப்படை கருத்தாக்கத்தை கண்டுபிடித்தவர் ஜஸ்டின் ஃபோர்டு கிம்பிள் ஆவர். அவர் *1929* ஆம் ஆண்டில் அமெரிக்காவின் வடக்கு டெக்சாஸில் உள்ள நவீன பெருநகரமான டல்லாஸில் பெய்லர் பல்கலைக்கழக மருத்துவமனையின் முன்னாள் நிர்வாகி ஆவர்.

அவர் தனது பல்கலைக்கழகத்தில் இருந்து *1250* ஆசிரியர்களை ஊக்குவித்தார் மற்றும் ஒரு வருடத்தில் *21* நாட்களுக்கு கவரேஜ் செய்ய ஆண்டுக்கு *$ 6* ரீமியம் மூலம் பேய்லர் திட்டம் என்ற குழு திட்டத்தில் அவர்களை உள்ளடக்கினார். கவரேஜின் அதிகபட்ச வரம்பு ஒரு நாளைக்கு *$5* ஆகும். அந்தத் திட்டத்தில் மருத்துவரின் கட்டணம் சேர்க்கப்படவில்லை.

மெல்ல மெல்ல மருத்துவக் காப்பீட்டுக் கொள்கை மற்ற மருத்துவமனைகளுக்கும் விரிவடைந்தது, *1932* ஆம் ஆண்டில் இந்தத் திட்டம் ஹோஸ் பிடல் சர்வீஸ் பிளான் எனப் புதிய பெயரைப் பெற்றது.

1933 ஆம் ஆண்டில், அமெரிக்கன் ஹாஸ்பிடல் அசோசியேஷன் *(AHA)* அவர்களின் காப்பீட்டு ஆணையர் வாயிலாக இந்தக் கருத்தை அங்கீகரித்தது. *1939* ஆம் ஆண்டு வரை அமெரிக்காவின் கிட்டத்தட்ட *25* மாநிலங்களில் நோயாளிகளின் அவசர நிதிக் கவலைகளைக் இந்த முறை குறைத்தது.

1940-50 காலகட்டத்தில் தனியார் மருத்துவக் காப்பீடு வேகமாக வளர்ந்தது. இரண்டாம் உலகப் போருக்கு முன்பு *9%* மக்கள் மட்டுமே மருத்துவக் காப்பீட்டைக் கொண்டிருந்தனர், பின்னர் அது இரண்டாம்

உலகப் போரின் முடிவில் 23% ஆக உயர்ந்தது. இந்த வளர்ச்சி 1950 ஆம் ஆண்டின் இறுதியில் இரட்டிப்பானது. 1960-61 ஆம் ஆண்டில் கிட்டத்தட்ட 70% மக்கள் இந்தத் திட்டத்தின் கீழ் இருந்தனர்.

குழு மருத்துவக் காப்பீட்டுத் திட்டம் அரசால் அறிமுகப்படுத்தப்பட்டது. ஊழியர்களுக்கான மாநில காப்பீட்டுத் திட்டமாக இந்தியா (ESIS) மற்றும் மத்திய அரசின் சுகாதாரத் திட்டம் (CGHS) 1954 ஆம் ஆண்டில் அதன் ஊழியர்களுக்கு விரிவான மருத்துவ பராமரிப்புக்காக.

இந்தியாவின் ஜெனரல் இன்சூரன்ஸ் கார்ப்பரேஷன் (GIC) 1986 ஆம் ஆண்டில் அதன் மெடிக்ளைம் பாலிசி கவரேஜை அறிமுகப்படுத்தியது. ஆரம்பத்தில் நிறுவனம் குழு பாலிசிகளை மட்டுமே வழங்கியது. சிறிது காலத்திற்குப் பிறகு, இந்தியாவில் மிகக் குறைந்த தொகைக் காப்பீடு கொண்ட தனிநபர் பாலிசி உருவானது. மருத்துவமனையில் சேர்க்கும் செலவுகளை உள்ளடக்கிய மெடிக்ளைம் பாலிசி PED இன் நிரந்தர விலக்குடன்.

இழப்பீடு விதிகள் TPA மூலம் செலவினங்கள் நேரடியாக திருப்பிச் செலுத்தப்பட்டன. 2001 ஆம் ஆண்டில், இந்தியாவின் அங்கீகரிக்கப்பட்ட நெட்வொர்க் மருத்துவமனைகள் மூலம் IRDA ஆல் பணமில்லா வசதி அறிமுகப்படுத்தப்பட்டது, இது சுகாதார காப்பீட்டுத் துறையில் பல மாற்றங்களை வழங்கியது.

யுனைடெட் இந்தியா இன்சூரன்ஸ் கோ. லிமிடெட்டின் முன்னாள் சி.எம்.டி., புதுமையான கான்செப்ட் டெவலப்பர் மற்றும் ஹெல்த் இன்சூரன்ஸ் துறையின் உண்மையான ஹீரோ திரு. வி. ஜகந்நாதன், 2006 ஆம் ஆண்டு ஸ்டார் ஹெல்த் & அலைட் இன்சூரன்ஸ் கோ. லிமிடெட் என்ற பெயரில் முதல் தனி ஹெல்த் இன்சூரன்ஸ் நிறுவனத்தைத் தொடங்கினார்.

காப்பீட்டுத் துறையில் 50 ஆண்டுகளுக்கும் மேலான அனுபவம் கொண்டவர் டிபிஏ இல்லாமல் பாலிசிதாரர்களுக்கு சேவையை வழங்கும் முறையை முதலில் அறிமுகப்படுத்தினார். உண்மையில் அவர் அனைவருக்கும் வழிகாட்டியவர் மற்றும் சுகாதார காப்பீட்டுத் துறையில் இந்தியாவின் முதல் தொலைநோக்கு பார்வையாளரும் ஆவார்.

மருத்துவ காப்பீட்டின் முக்கியத்துவம்

பின்வருபவை தனிநபர் மற்றும் குடும்பத்திற்கான சுகாதார காப்பீட்டுக்கான அடிப்படை காரணங்கள்.

ஆயுள் எதிர்பார்ப்பு:

1947 இல் இந்தியா சுதந்திரம் பெற்றபோது, மக்களின் சராசரி இறப்பு வயது 32 ஆண்டுகள் மட்டுமே. கடந்த 74 ஆண்டுகளில், சமூக மற்றும் தொழில்நுட்ப மாற்றங்கள் சிறந்த சுகாதார வசதிகளை வழங்குவதற்காக மருத்துவமனை தொழில்களை கடுமையாக மாற்றியுள்ளன.

தடுப்பு, நோய் கண்டறிதல் மற்றும் நோய் தீர்க்கும் சேவைகள் உள்ளிட்ட பலன்களின் விரிவான தொகுப்பிற்கு மக்கள் தகுதியுடையவர்கள் ஆகிவிட்டார்கள்.

பல உயிர்காக்கும் மருந்துகள், சிகிச்சைகள் மற்றும் மருத்துவ உபகரணங்கள் கண்டுபிடிக்கப்பட்டன. இதனால் கடந்த நாட்களை விட வேகமாக குணமடைய முடிகிறது. இதனால் நமது இறப்பு வயது 72 அல்லது அதற்கும் அதிகமாக அதிகரித்துள்ளது.

அதிகரித்து வரும் மருத்துவச் செலவு, மருந்தகச் செலவு, நாள்பட்ட நோய்கள் அதிகரித்து வருதல் மற்றும் சிகிச்சைத் தேர்வு, அவற்றுடன் தொடர்புடைய செலவு மற்றும் மருத்துவ பில்லிங் ஆகியவற்றைப் புரிந்துகொள்வதற்கு ஒரே மாதிரியான அல்லது விரைவான வழி இல்லை என்பதை மனதில் வைத்து, இதுபோன்ற சிக்கலான மற்றும் முக்கியமான நிதி அம்சங்களைக் கையாள நமக்கு நிபுணத்துவம் தேவை.

மருத்துவ பணவீக்கம்:

மருத்துவத் தொழில்நுட்பம் மேம்பட்டு, நோய் அதிகரிப்பதால், சிகிச்சைக்கான செலவும் அதிகரிக்கிறது. மருத்துவ பணவீக்கம் குறித்த தற்போதைய ஆய்வில், மருத்துவ பணவீக்கம் 2019 டிசம்பரில் 3.8% ஆக

இருந்து 2021 மே மற்றும் ஜூன் மாதங்களில் முறையே 8.4% மற்றும் 7.7% ஆக அதிகரித்துள்ளது. சுகாதாரத் துணைக்குழுவைக் கூர்ந்து கவனித்தால், ஜூன் 2021ல் மருந்தின் விலை 8.6%, மருத்துவப் பரிசோதனைக் கட்டணம் 6.2%, மருத்துவமனைக் கட்டணங்கள் 5.9% மற்றும் ஆலோசகர் கட்டணம் 4.5% ஆகியவை சீரான உயர்வைக் காட்டுகிறது. சுகாதார பணவீக்கத்தின் வளர்ச்சி இந்தியாவின் கிராமப்புறத்தை ஒப்பிடும்போது நகர்ப்புறங்களில் அதிகமாக இருந்தது.

மாறிவரும் வாழ்க்கை முறையை எதிர்த்துப் போராட:

புகைபிடித்தல், ஆரோக்கியமற்ற வாழ்க்கைமுறை நடவடிக்கைகள் உணவுப் பழக்கம், சரியான தூக்கமின்மை, போதுமான அளவு உடல் செயல்பாடுகள், உள்ளிட்ட வாழ்க்கை முறை நடவடிக்கைகள், நாள்பட்ட நோய்களின் வளர்ச்சியில் விளைகின்றன, குறிப்பாக இதய நோய், பக்கவாதம், நீரிழிவு, உடல் பருமன், வளர்சிதை மாற்ற நோய்க்குறி, நாள்பட்ட தடுப்பு நுரையீரல் நோய் மற்றும் சில வகை புற்றுநோய்கள், இந்த நோய்கள் "மேற்கத்திய நோய்கள் " அல்லது "செல்வச்செழிப்பு நோய்கள்" என்று அழைக்கப்படும் தொழில்மயமான நாடுகளில் நோயைக் கருத்தில் கொள்ளப் பயன்படுகிறது. இருப்பினும் சர்வதேச அளவில் அவை தொற்றாத மற்றும் நாள்பட்ட நோய்கள் என்று அழைக்கப்படுகின்றன. இந்த நாள்பட்ட நோய்கள் உலகளவில் ஒரு பெரிய பொது சுகாதாரப் பிரச்சனையாகும். 2005 ஆம் ஆண்டில், உலக சுகாதார அமைப்பு (WHO) மொத்த இறப்புகளில் 61% மற்றும் உலகளாவிய நோயின் 49% நாள்பட்ட நோய்களால் ஏற்படுகிறது என்று மதிப்பிட்டுள்ளது.

கடுமையான நோயைத் தடுக்க:

உங்களிடம் நல்ல மற்றும் போதுமான சுகாதார காப்பீடு இருந்தால் நீங்கள் விரைவில் சிகிச்சை பெறலாம். நீங்கள் அல்லது உங்கள் குடும்ப உறுப்பினர்கள் யாரேனும் நோய்வாய்ப்பட்டுள்ளனர் அல்லது ஏதேனும் கடுமையான நோய் கண்டறியப்பட்டுள்ளனர் என்றாள் உடனடியாக நீங்கள் சிறந்த மருத்துவர்களைப் பார்க்கவும் தடுப்பு சேவை மற்றும் சிகிச்சை பெறவும் உங்களால் முடியும் கடுமையான நோய் வருவதற்கு முன்பு தடுக்கவும் முடியும்.

உங்கள் சேமிப்பைப் பாதுகாக்கவும்:

பணம் சேமிப்பது என்பது இன்றியமையாத அம்சங்களான பாதுகாப்பான எதிர்காலம் மற்றும் சொத்து சேர்ப்பதற்கான ஒன்றாகும்.

நாம் நம் இலக்குகளாக வீடு பிள்ளைகளின் கல்வி திருமணம் வீட்டுப் பொருட்கள் வாங்க மற்றும் நம் எதிர்கால ஓய்வு நாட்களுக்காக பணம் சேர்க்கிறோம். ஆனால் ஒரு நல்ல நல காப்பீடு வாங்க திட்டமிடாவிட்டால் நம் இலக்குகளான வீடு, பிள்ளைகளுக்கான கல்வி போன்றவற்றுக்கான சேமிப்பு திடீர் அவசர சிகிச்சைக்காக செலவிட நேரிடும்.

போதிய பணப் பற்றாக்குறை:

நமது தேவையற்ற செலவுகள் ஆன துரித உணவு சூதாட்டம், மது அருந்துதல், ஆடம்பர வாழ்க்கை, நம்மிடம் போதுமான பணம் இல்லாமல் செய்கிறது. நம் உயிர் காக்க நமக்கு உண்மையிலேயே பணம் தேவைப்படும் போது சிகிச்சை மிகவும் கடினமாகிறது.

பாதுகாப்பாக இருக்க முன்கூட்டியே காப்பீடு செய்யுங்கள்:

குறைந்த செலவில் திட்டங்கள் நீங்கள் இளமையாகவும் ஆரோக்கியமாகவும் இருக்கும்போது பெறலாம். கூடுதலாக உங்களுக்கு வழங்கப்படும் மேலும் விரிவான கவரேஜ் திட்டங்கள். பெரும்பாலான கொள்கைகளுக்கு முன்பே இருக்கும், காத்திருக்கும் காலம் உள்ளது, நீங்கள் இன்னும் இளமையாகவும் ஆரோக்கியமாகவும் இருக்கும்போதே காலம் முடிவடையும் . எனவே, முன்கூட்டியே மருத்துவக் காப்பீடு செய்வது மிகவும் நல்லது அனைத்து தனிநபர்களுக்கும் அவசியம்.

உங்கள் குடும்பத்தை பாதுகாக்க:

தனித்தனியாக வாங்குவதை விட ஒரே பாலிசியின் கீழ் உங்கள் முழு குடும்பத்தையும் பாதுகாக்க நீங்கள் தேர்வு செய்யலாம். நோய்களுக்கு மிகவும் நெருக்கமாக இருக்கும் உங்கள் வயதான பெற்றோரையும், உங்களைச் சார்ந்திருக்கும் குழந்தைகளையும் கருத்தில் கொண்டால், எத் தருவாயிலும் அவர்களுக்கு சிறந்த மருத்துவ சிகிச்சை அளிக்க

உதவுகிறது. அந்த நேரத்தில் நீங்கள் ஒரு பொருத்தமான சுகாதார காப்பாளராக இருந்தால் நீங்கள் பீதி அடைய வேண்டியதில்லை.

போதிய காப்பீட்டுத் தொகையை எதிர்கொள்ள:

உங்களிடம் ஏற்கனவே உடல்நலக் காப்பீடு இருந்தால் (ஏதேனும் அரசாங்கத் திட்டம் அல்லது முதலாளி மூலம் வழங்குபவர்) சரியாக என்ன என்பதைச் சரிபார்க்கவும் கவரேஜ் சலுகைகளில் இருந்து உங்களைப் பாதுகாக்கிறது, அவை அடிப்படை கவரேஜை மட்டுமே வழங்கும். உங்கள் தற்போதைய கொள்கை கவரேஜ் வழங்கவில்லை என்றால் உயிர் காக்கும் நோய்க்கு எதிராக, நீங்கள் ஒன்றை அதிகமாக வைத்திருக்கிறீர்கள் என்றால் உங்கள் குடும்பத்திற்கு உறுதியளிக்கப்பட்ட தொகை ஒன்றிணைகிறது.

மருத்துவமனையில் சேர்வதற்கு முன் & பிந்தைய செலவின் கவரேஜ்:

முக்கிய மருத்துவ செலவு மட்டுமல்ல, செலவும் கூட OPD செலவுகள், கண்டறியும் சோதனை செலவுகள் போன்றவை சமீபத்திய நாட்களில் விலை உயர்ந்ததுள்ளது. எது அதிக முக்கியத்துவத்தைக் கொண்டுள்ளது ஒருவர் உடல்நலக் காப்பீட்டை வாங்குவதற்கு அது உங்கள் முன் காப்பீடு ஆகும் மற்றும் மருத்துவமனையில் அனுமதிக்கப்பட்ட பின் செலவுகள்.

சமூக-பொருளாதார வாழ்க்கையை சமநிலைப்படுத்த:

வளரும் நாட்டின் பொருளாதார ஸ்திரத்தன்மை சார்ந்தது தனித்தனியாக தேவைப்படும் அணுகும் திறன் மீது உணவு, போதுமான வீடு மற்றும் அவசியம், சுகாதார பாதுகாப்பு. இது கலவையாகும் தனிநபர்களின் சமூக மற்றும் பொருளாதார வாழ்க்கை.

கூடுதல் நன்மைகள்:

ஆம்புலன்ஸ் கட்டணம் பகல்நேர சிகிச்சைக்கான கவரேஜ் போன்ற பலன்களை ஒருவர் பெறுகிறார். கவரேஜ் கீழ் சுகாதார பரிசோதனை மற்றும் தடுப்பூசி செலவுகள் சுகாதார காப்பீட்டு திட்டம், தற்போதைய சுகாதார காப்பீட்டில் நிறுவனம் எந்த வகையான பயனுள்ளவற்றிற்கும் கவரேஜ் வழங்குகிறது.

வருமான வரிச் சலுகை:

சுகாதார காப்பீட்டு பிரீமியத்திற்கான கட்டண முறை பிரிவு 80D இன் வருமான வரி சட்டத்தின் கீழ் வரி விலக்கு பெறலாம். நீங்கள் உடல்நலக் காப்பீட்டை வாங்கினால் உங்கள் பெற்றோருக்கு நீங்கள் அதிக வரிச் சலுகைகளைப் பெறலாம்.

கண்ணியத்துடன் வாழ:

எந்த நேரத்திலும் நீங்கள் உங்களுக்கு அல்லது எந்தவொரு குடும்ப உறுப்பினரின் ஏதேனும் உடல்நலப் பிரச்சினைகளை எதிர்கொண்டு நீங்கள் எந்த நண்பரிடம் அல்லது உறவினர்கள் உதவி கேட்காமல் சிறந்த மருத்துவமனை சிகிச்சையைத் தொடங்கலாம். இது பிறரிடம் கடன் வாங்காமல் கண்ணியமாக வாழ வழிவகுக்கிறது.

ஆரோக்கியமே செல்வம்:

உங்களுக்கு நல்ல ஆரோக்கியம் இருந்தால், நீங்கள் நிச்சயமாக உங்கள் குடும்பத்திற்கு செல்வம் சம்பாதிக்கலாம். நாம் எப்போதும் நம் செல்வத்தை காப்பீடு செய்கிறோம் வாகனங்கள், மொபைல்கள், வீட்டு உபயோகப் பொருட்கள், நகைகள் போன்றவை மற்றும் நம்மிடம் உள்ள மற்ற மதிப்புமிக்க விஷயமான நமது ஆரோக்கியத்தை காப்பீடு செய்ய மறந்து விடுகிறோம். இது மிகவும் முக்கியமானது சுகாதார காப்பீடு பற்றியும் சிந்திக்க வேண்டும்.

நீண்ட கால நோயைக் கட்டுப்படுத்த:

பல நோய்களுக்கு நீண்ட கால சிகிச்சை தேவைப்படுகிறது இதய நோய், பக்கவாதம், நுரையீரல் புற்றுநோய், மன அழுத்தம், வகை-2 நீரிழிவு, மூட்டுவலி, ஆஸ்டியோபோரோசிஸ், ஆஸ்துமா, சிஓபிடி, நாள்பட்ட சிறுநீரக இறப்பு, வாய்வழி நோய் போன்றவை முழுமையாக குணப்படுத்த இயலாது. சில உடனடியாக உயிருக்கு ஆபத்தாக இருக்கலாம் ஆனால் எப்போதும் மரணத்திற்கு காரணம் அல்ல. இந்த நோய்களுக்கு நீண்ட கால சிகிச்சை தேவை, ஆயுள் வரை இருக்கலாம். எனவே சரியான உடல்நலக் காப்பீடு வாழ்நாள் முழுவதும் உங்களை நிதி கவலைகள் இல்லாமல் காப்பாற்றும் வாழ்நாள் முழுவதும்.

நீங்கள் ஒரு பிஸியான நபர் என்பதால்:

நம்மில் பெரும்பாலோர் பணி அழுத்தத்திற்காக அதிக அளவில் பயணம் செய்கிறோம். உள்ளடக்கிய ஒரு சரியான சுகாதார காப்பீட்டு பாலிசி உடன் அவசர மருத்துவ வெளியேற்றம் சுற்றி சிறந்த சுகாதார வசதிகள் கிடைக்கும் நாடு.

உங்களுடன் அதிக பணத்தை எடுத்துச் செல்ல வேண்டாம்:

உடல்நலப் பிரச்சினை எந்த நேரத்திலும் எங்கும் ஏற்படலாம் உங்களுடன் சரியான சுகாதார காப்பீட்டு அடையாள அட்டை மருத்துவமனைக்குச் செல்ல இது சிறந்த பயன்பாடாகும், அதிக பணம் எடுத்துச் செல்ல வேண்டிய அவசியமில்லை.

மருத்துவ அவசர நிதியை உருவாக்க:

ஒரு சிறந்த உடல்நலக் காப்பீட்டுத் திட்டத்தைச் செய்வதன் மூலம், நீங்கள் ஒரு மருத்துவ அவசர நிதியை உருவாக்கி, அதில் இருந்து உங்கள் மருத்துவமனை தேவைக்கு பணத்தைப் பயன்படுத்தலாம். இந்த பாலிசியை ஒவ்வொரு ஆண்டும் புதுப்பிப்பதன் மூலம் போனஸ் சேர்க்கப்படும் மற்றும் பிற நன்மைகளும் அதிகரிக்கும், அதற்காக நீங்கள் தேவைப்படும் நேரத்தில் சிறந்த பயனை பெறுவீர்கள்.

முதுமைக் காரணிகளுக்கு:

பலர் நினைக்கிறார்கள், நாம் ஏன் கொள்முதல் செய்ய வேண்டும்? இது சிறு வயதிலேயே உதவாது . வயதான காலத்தில் இதை அதிகபட்சமாக பயன்படுத்துகிறோம். ஆனால் நம்மிடம் அது இல்லை என்றால், எந்தவொரு நாள்பட்ட நோயும் நம்மைப் பாதிக்கும் முன், எல்லா நன்மைகளையும் பெற நீண்ட நேரம் ஆகும். சிறு வயதிலும், தாமதமாக நுழைவதற்கு இணை ஊதியம் சேர்க்கப்படும். இது மிகவும் அவசியமான நிதி அம்சம் உங்கள் முதுமை. வயதான காலத்தில் உங்களிடம் அதிக செலவு குறைவான பணமே உள்ளது.

> **“நாங்கள் நம்புகிறோம் ஆரோக்கிய காப்பீடு உங்கள் உரிமை ஒரு சலுகை அல்ல ”**

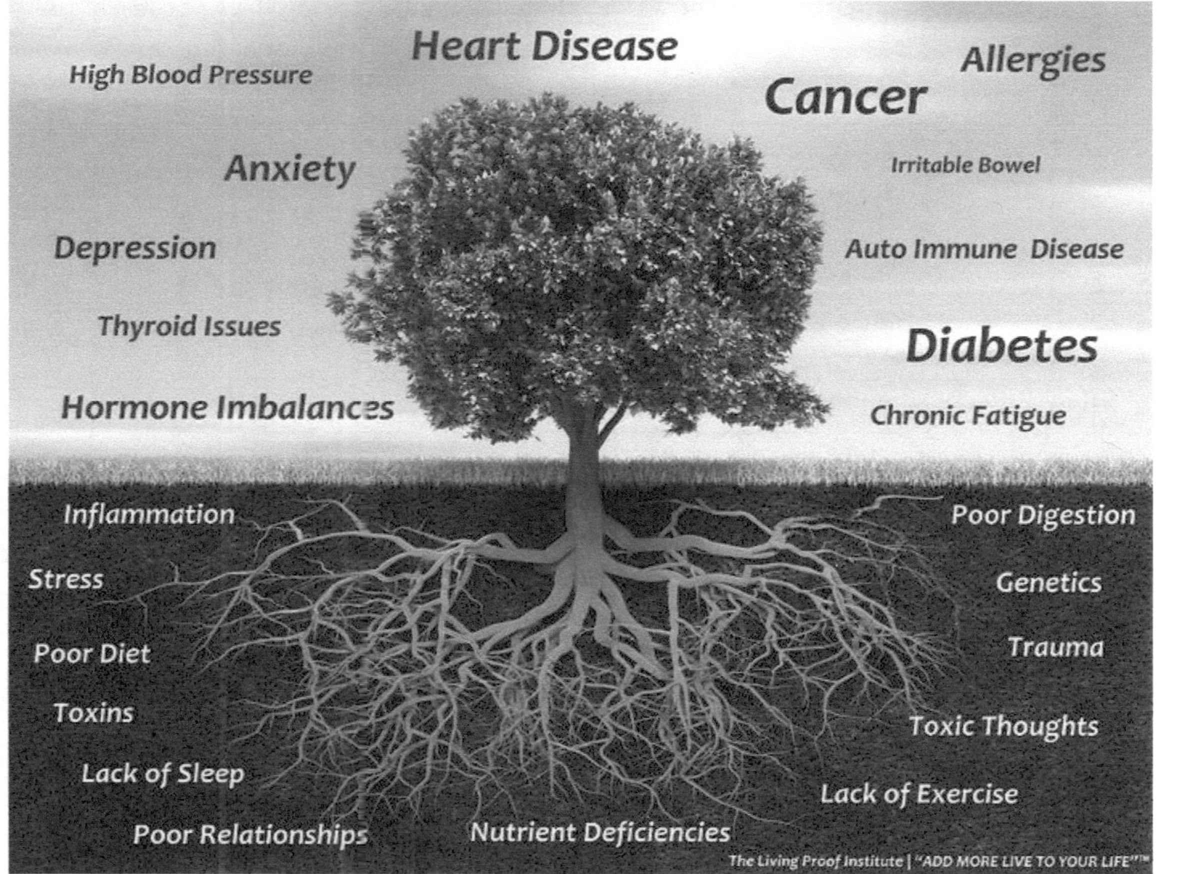
High Blood Pressure
Heart Disease
Allergies
Cancer
Anxiety
Irritable Bowel
Depression
Auto Immune Disease
Thyroid Issues
Diabetes
Hormone Imbalances
Chronic Fatigue
Inflammation
Poor Digestion
Stress
Genetics
Poor Diet
Trauma
Toxins
Toxic Thoughts
Lack of Sleep
Lack of Exercise
Poor Relationships
Nutrient Deficiencies
The Living Proof Institute | "ADD MORE LIVE TO YOUR LIFE"™

நோய்க்கான காரணங்கள்

நோய்களுக்கான முக்கிய காரணங்களைப் பற்றி நாம் கற்றுக்கொள்வதற்கு முன் பெரிய உடலைப் பற்றி கொஞ்சம் அறிவு இருக்க வேண்டும், உறுப்புகள் மற்றும் அவற்றின் செயல்பாடுகள்.

மூளை:

மூளை என்பது எண்ணங்களைக் கட்டுப்படுத்தும் ஒரு சிக்கலான உறுப்பு நினைவகம், உணர்ச்சி, தொடுதல், மோட்டார் திறன்கள், பார்வை, வெப்பநிலை, பசி மற்றும் ஒவ்வொரு செயல்முறையும் நம் உடலை ஒழுங்குபடுத்தியது.

இது ஒரு பெரிய கணினி போல் செயல்படுகிறது. இது தகவல்களை செயலாக்குகிறது மற்றும் செய்திகளை மீண்டும் உடலுக்கு அனுப்புகிறது. ஒன்றாக, மூளை மற்றும் முதுகெலும்பு நீண்டுள்ளது அதிலிருந்து மத்திய நரம்பு மண்டலத்தை உருவாக்குகிறது.. ஒன்றாக, விரிவடையும் மூளை மற்றும் முதுகுத் தண்டு அதிலிருந்து மத்திய நரம்பு மண்டலம் உருவாகிறது. மூளை பல பில்லியன் நியூரான்களால் ஆனது இது பல சிறப்புப் பகுதிகளையும் கொண்டுள்ளது ஒவ்வொன்றும் முக்கியமான செயல்பாடுகளில் ஈடுபடுகின்றன.

இதயம்:

இதுநம்உடலில்ஒருபம்ப்செய்யும்இயந்திரம்போல்செயல்படுகிறது உடலின் அனைத்து பாகங்களுக்கும் ஆக்ஸிஜனேற்றப்பட்ட இரத்தத்தை செலுத்துதல், ஹார்மோன் மற்றும் பிற முக்கிய பொருட்களை உந்தி ஆக்ஸிஜனேற்றப்பட்ட இரத்தத்தைப் பெறுதல் மற்றும் வளர்சிதை மாற்றத்தைக் கொண்டு செல்வது உடலில் இருந்து கழிவுப் பொருட்கள் மற்றும் அதை செலுத்துகிறது ஆக்ஸிஜனேற்றத்திற்கான நுரையீரல். அதற்கு இரண்டு பக்கங்கள் உண்டு. இதயத்தின் வலது பக்கம் உள்ளது ஆக்ஸிஜனேற்றப்பட்ட இரத்தத்தை பம்ப் செய்வதற்கு பொறுப்பு நுரையீரல். இடது புறம் ஆக்ஸிஜனேற்றப்பட்ட இரத்தம் உடல் முழுவதும் பம்ப் செய்கிறது.

கல்லீரல்:

கல்லீரல் என்பது ஒரு கால் பந்தின் அளவைப் பற்றிய ஒரு உறுப்பு, அது உணவை ஜீரணப்படுத்துவதற்கும், நச்சுப் பொருட்களை உங்கள் உடலில் இருந்து அகற்றுவதற்கும் அவசியம். கல்லீரல் பல முக்கியமானவற்றை செய்கிறது பித்தத்தை உருவாக்குவது உட்பட, அது குணப்படுத்துகிறது மற்றும் எடுத்துச் செல்கிறது சிறுகுடலில் கொழுப்புகளை வீணடித்து உடைக்கிறது செரிமானத்தின் போது. இரத்தத்திற்கு சில புரதங்களை. கல்லீரல் நோய்கள் மரபணு.

வயிறு:

வயிறு என்பது முக்கிய உணவு சேமிப்பு தொட்டியாகும் உடல், இது வயிறு சேமிப்புக்கு இல்லையென்றால் அதற்கு பதிலாக நாம் தொடர்ந்து சாப்பிட வேண்டிய திறன் ஒவ்வொரு நாளும் சில முறை. வயிற்றும் சுரக்கிறது அமிலம், சளி மற்றும் செரிமான என்சைம்களின் கலவை நம் உணவை ஜீரணப்படுத்தவும் சுத்திகரிக்கவும் உதவுகிறது சேமிக்கப்பட்டது. வயிற்றுப் பிரச்சினை மூலம் எந்தவொரு காஸ்ட்ரோ தொடர்பான நோயும் ஏற்படுகிறது.

சிறுநீரகம்:

உங்கள் இரத்தத்தை வடிகட்டுவதே சிறுநீரகத்தின் வேலை. இது நீக்குகிறது கழிவு, உடலின் திரவ சமநிலையை மற்றும் லக்ட்ரோலைட்டுகளின் சரியான நிலைகள் கட்டுப்படுத்துகிறது.

உங்கள் உடலில் உள்ள இரத்தம் அனைத்தும் அதன் வழியாக செல்கிறது ஒரு நாளைக்கு சுமார் 40 முறை. இரத்த சிறுநீரகத்திற்குள் வருகிறது, கழிவுகள் அகற்றப்பட்டு உப்பு, நீர் மற்றும் தாதுக்கள் சரிசெய்யப்படுகின்றன. சிறுநீரக நச்சுகள் மற்றும் கழிவுப் பொருளை நீக்குகிறது உடல் மற்றும் உங்கள் இரத்த அழுத்தத்தையும் கட்டுப்படுத்துகிறது. நிலை 4 சிறுநீரக நோய்கள் மிகவும் முக்கியமா எடுக்கப்பட வேண்டும்.

சருமம்:

சருமம் நம்மை நுண்ணுயிரிகளிடமிருந்து பாதுகாக்கிறது உறுப்புகள் உடல் வெப்பநிலையை சீராக்க உதவுகின்றன. தொடுதல், வெப்பம்

மற்றும் குளிர் போன்ற உணர்வுகளை அனுமதிக்கும். தோல் மூன்று அடுக்குகளைக் கொண்டுள்ளது. தோலின் வெளிப்புற அடுக்கு நீர் புகாத தடையை வழங்குகிறது மற்றும் நமது தோலை உருவாக்குகிறது தொனி. இது நரம்பு முடிவின் மூலம் உணர்வை உருவாக்குகிறது வெப்பநிலை, அழுத்தம், அதிர்வு ஆகியவற்றைக் கண்டறியும் தொட்டு காயப்படுத்துகிறது.

சருமம் இல்லாவிட்டால், நமக்கு எப்போதும் தொற்று ஏற்படும் உடலின் வெளிப்புற உறை வெப்பத்திலிருந்து பாதுகாக்கிறது மற்றும் ஒளி, காயம் மற்றும் தொற்று.

நுரையீரல்:

நுரையீரலின் மிக முக்கியமான செயல்பாடு சுற்றுச்சூழலில் இருந்து ஆக்ஸிஜன் எடுத்துக்கொள்வதாகும். மற்றும் அதை இரத்த ஓட்டமாக மாற்றுகிறது. நாளொன்றுக்கு 22,000 முறைக்கு மேல் எடுக்கப்பட்டது. நுரையீரல்கள் நம் உடலின் அனைத்து அம்சங்களையும் பாதிக்கின்றன மற்றும் ஆரோக்கியம். கோவிட் -19 வைரஸ் முக்கியமாக நுரையீரல் பாதிக்கப்படுகிறது.

குடல் :

பெரிய குடலின் நோக்கம் தண்ணீரை உறிஞ்சுவதாகும் மற்றும் இல்லாத பொருட்களிலிருந்து உப்புகள் உணவாக செரிக்கப்படுகிறது. உணவு கலந்த நேரத்தில் செரிமான சாறு உங்கள் பெரிய குடலை அடைகிறது செரிமானம் மற்றும் உறிஞ்சுதல் ஏற்கனவே நடந்துள்ளது.

நோய்களின் முக்கிய காரணங்கள்

1. மாறிவரும் வாழ்க்கை முறை:

ஒரு நபர் அல்லது வழியுடன் தொடர்புடைய நோய் ஒரு குழுவின் வாழ்க்கை வாழ்க்கை முறை நோய்கள் என்று அழைக்கப்படுகிறது. உணவில் அல்லது தினசரி வழக்கத்தில் ஏற்படும் மாற்றங்கள் முக்கிய வழிவகுக்கும் பெருந்தமனி தடிப்பு, இதய நோய் போன்ற பிறக்கும் நோய்கள், பக்கவாதம், உடல் பருமன் மற்றும் வகை 2 நீரிழிவு மற்றும்

நோய்கள் புகைபிடித்தல் மற்றும் மதுபானம் வாழ்க்கை முறை நோயின் கீழ் தொடர்புடையது.

டாக்டர் அம்ப்ரிஷ் மித்தல், தலைவர் மற்றும் தலைவர் உட்சுரப்பியல் மற்றும் நீரிழிவு துறை, மேக்ஸ் ஹெல்த்கேர், புது தில்லி, சர்க்கரை நோய் 1970களில் நகர்ப்புறங்களில் அதிகரித்துள்ளது 2% இருந்து இந்தியாவில் அதிவேகமாக பகுதிகளில், 2020 இல் 10-20 %. நீரிழிவு வழக்குகள் பெருநகரங்களில் 35-40% அதிகமாக உள்ளது என்று கூறினார். நரம்பியல் துறை பேராசிரியர் (டாக்டர்) ராஜிந்தர் குமார் தமிஜா துறை, லேடி ஹார்டிங் மருத்துவக் கல்லூரி, புதியது டெல்லி கூறியது, “பக்கவாத வழக்குகள் நான்கு மடங்கு அதிகரித்துள்ளன.

NCD (தொற்றுநோய் அல்லாத நோய்கள்) படி இந்தியாவில், வாழ்க்கை முறை நோய்கள் போன்றவை காணப்படுகின்றன உயர் இரத்த அழுத்தம், செரிமான நோய்கள் மற்றும் நீரிழிவு ஒரு தனிநபராக இருக்கும்போது மிகவும் பொதுவான முதல் மூன்று இடங்களில் 35 வயதைக் கடக்கிறது.

2. வயதான காரணி:

உயிரியல் மட்டத்தில், முதுமை விளைகிறது பலவகையான திரட்சியின் தாக்கம் காலப்போக்கில் மூலக்கூறு மற்றும் செல்லுலார் சேதம் இது வழிவகுக்கிறது உடல் மற்றும் மன நிலையில் படிப்படியாக குறையும் திறன், நோய் வளரும் ஆபத்து. 45 வயதுக்கும் 49 வயதுக்கும் இடைப்பட்டவர்கள் 18% பேர் என்று ஆய்வு கூறுகிறது. வயது உயர இரத்த அழுத்தம் மற்றும் இந்த நிலை பாதிக்கப்படுகின்றனர். 60-64 மற்றும் 35 % வயதுடையவர்களில் 28% ஆக அதிகரித்துள்ளது. 70-74 வயதுடையவர்களில். எலும்பு அல்லது மூட்டு நோய்கள் மற்றும் நீரிழிவு நோய்களும் உள்ளன வயதானவர்களிடையே அதிகமாகக் காணப்பட்டது. கிட்டத்தட்ட இந்தியாவில் 70% குடிமக்கள் நாள்பட்ட நோயால் பாதிக்கப்பட்டுள்ளனர்: BP, DM அல்லது மூட்டு தொடர்பான நோய்கள். இந்திய அரசு ஜனவரி1999 இல் பழையவர்களின் தேசியக் கொள்கை நபர்கள் ஏற்றுக்கொண்டது. ‘மூத்த குடிமகன்’ அல்லது ‘முதியோர்’ என்ற நபர் வயது 60 வயது மற்றும் அதற்கு மேல்.

3. பலவீனமான நோய் எதிர்ப்பு சக்தி அமைப்பு:

நமது நோயெதிர்ப்பு அமைப்பு நம் உடலைப் பாதுகாக்கிறது வைரஸ், பாக்டீரியா, பூஞ்சை அல்லது புரோட்டோசோவா தாக்குதல்கள். அது கொடிய நோய்க்கிருமிகளிடம் இருந்து நம்ம பாதுகாக்கிறது அது நம் உடலை ஆக்கிரமிக்கிறது. சில நேரங்களில், ஒரு வைரஸ் உடலைத் தவிர்க்கும் போது, நோயெதிர்ப்பு அமைப்பு அடையாளம் கண்டு நடுநிலையாக்குகிறது தீங்கு விளைவிக்கும் நோய்க்கிருமி, அதை இன்னும் தற்காப்பு செய்கிறது மற்றும் வலுவான. நீங்கள் அடிக்கடி விழும் ஒருவராக இருந்தால் உடம்பு சரியில்லை, அல்லது சோர்வாக உணர்கிறேன், அது உங்கள் பலவீனமான நோய் எதிர்ப்பு அமைப்பு காரணமாக இருக்கலாம்.

பலவீனமானதைக் குறிக்கும் *5* எச்சரிக்கை அறிகுறிகள் இங்கே உள்ளன. நோய் எதிர்ப்பு அமைப்பு –

22. தொடர்ச்சியான செரிமான கோளாறுகள்.
23. காயங்களை மெதுவாக குணப்படுத்துதல்.
24. மிகுந்த சோர்வு மற்றும் சோர்வு.
25. அடிக்கடி குளிர்.
26. கவலை மற்றும் மன அழுத்தம்.

ஆராய்ச்சியின் படி, ஒவ்வொரு ஆண்டும் சுமார் இரண்டு முதல் மூன்று வழக்குகள் சராசரியாக பெரியவர்கள் உள்ளனர். ஆனால் நீங்கள் அடிக்கடி குளிரால் பாதிக்கப்படுபவர் என்றால், அது உங்கள் பலவீனத்தை நோக்கி தெளிவாக உள்ளது நோயெதிர்ப்பு அமைப்பு.

4. மரபணு கோளாறு:

ஒரு மரபணு கோளாறு என்பது முழு அல்லது முழுவதுமாக ஏற்படும் ஒரு நோயாகும். ஒரு சாதாரண வரிசை. பகுதியாக டிஎன்ஏ வரிசையின் மாற்றத்தால் விலகி உள்ளது சாதாரண வரிசை. இந்தியாவில் பொதுவான சில மரபணு கோளாறுகள்: டவுன் சிண்ட்ரோம், தலசீமியா, அரிவாள் செல் அனீமியா, சிஸ்டிக் ஃபைப்ரோஸிஸ் மற்றும் டே-சாக்ஸ். சுமார் *6000* அறியப்பட்ட மரபணு கோளாறுகள் உள்ளன ; பல ஆபத்தானவை அல்லது கடுமையான பிரச்சனைகளை ஏற்படுத்தும் மற்றவர்கள் இல்லாமல் இருக்கலாம், ஆனால் பிரச்சனைகளை சேர்க்கலாம்

மரபணு அல்லாத காரணத்தால் தூண்டப்பட்டது (உதாரணமாக, சுற்றுச்சூழல் நிலைமைகள்). இந்தியர்கள், உலகில் ஆறில் ஒரு பங்கினர் மக்கள்தொகை, பல ஆயிரக்கணக்கான மக்களைக் கொண்டுள்ளது வலுவான சாத்தியமுள்ள எண்டோகாமஸ் குழுக்கள் அதிகப்படியான பின்னடைவு நோய்கள். இருப்பினும், தெளிவாக இல்லை இந்திய மக்கள் தொகையில் தரவுத்தளம் உள்ளது பொதுவானது பற்றிய விரிவான தகவல்கள் நாட்டில் நோய்கள்.

5. மருந்துகளைப் பொறுத்து:

மருந்துகள் இரசாயனங்கள் அல்லது பயன்படுத்தப்படும் கலவைகள் நோயைக் குணப்படுத்துதல், நிறுத்துதல் அல்லது தடுப்பது; அறிகுறிகளை எளிதாக்குதல்; அல்லது நோய்களைக் கண்டறிய உதவும். முன்னேற்றங்கள் மருந்துகள் பலரை குணப்படுத்த மருத்துவர்களுக்கு உதவியுள்ளன நோய்கள் மற்றும் உயிர்களை காப்பாற்ற. இந்த நாட்களில், மருந்துகள் பல்வேறு வகைகளில் இருந்து வருகின்றன ஆதாரங்கள். பல பொருட்களிலிருந்து உருவாக்கப்பட்டன இயற்கையில் காணப்படுகிறது, இன்றும் பல பிரித்தெடுக்கப்படுகின்றன தாவரங்களில் இருந்து. சில மருந்துகள் ஆய்வகங்களில் ஒன்றாகக் கலந்து தயாரிக்கப்படுகின்றன பல இரசாயனங்கள். மற்றவை, பென்சிலின் போன்றவை பூஞ்சை போன்ற உயிரினங்களின் துணைப் பொருட்கள். மற்றும் ஒரு சில ஜீன்களைச் செருகுவதன் மூலம் உயிரியல் ரீதியாகவும் வடிவமைக்கப்படுகின்றன. அவை விரும்பியதை உற்பத்தி செய்யும் பாக்டீரியாவாகும் பொருள். மருந்துகளை எடுத்துக்கொள்வது பற்றி நாம் அடிக்கடி நினைக்கிறோம் மாத்திரைகள் பற்றி நினைக்கிறேன். ஆனால் மருந்துகளை வழங்க முடியும்

பல வழிகள், போன்றவை:

- விழுங்கப்படும் திரவங்கள்
- காதுகள் அல்லது கண்களில் போடப்படும் சொட்டுகள்
- தேய்க்கப்படும் கிரீம்கள், ஜெல் அல்லது களிம்புகள் தோல் மீது
- இன்ஹேலர்கள் (நாசி ஸ்ப்ரேக்கள் அல்லது ஆஸ்துமா இன்ஹேலர்கள் போன்றவை)
- தோலில் ஒட்டிக்கொண்டிருக்கும் திட்டுகள்(அழைக்கப்படும் டிரான்ஸ்டெர்மல் திட்டுகள்)

- நாக்கின் கீழ் வைக்கப்படும் மாத்திரைகள் (என்று சப்ளிங்குவல் மருந்துகள்; மருந்து உறிஞ்சப்படுகிறது இரத்த நாளங்களில் மற்றும் இரத்த ஓட்டத்தில் நுழைகிறது)
- ஊசிகள் (ஷாட்கள்) அல்லது நரம்பு வழியாக (செருகப்பட்டது ஒரு நரம்பு) மருந்துகள்

மருந்து முதன்முதலில் விற்கப்படாவிட்டால் விற்க முடியாது அதிகாரிகளால்அங்கீகரிக்கப்பட்டது.பரிந்துரைக்கப்பட்ட மருந்துகளை துஷ்பிரயோகம் செய்யும் நபர்கள் - அதாவது, அவற்றை ஒரு முறையில் அல்லது வேறு அளவுகளில் எடுத்துக்கொள்வது பரிந்துரைக்கப்பட்ட, அல்லது பரிந்துரைக்கப்பட்ட மருந்துகளை எடுத்துக்கொள்வது மற்றொரு நபர்- ஆபத்து போதை மற்றும் பிற உடல்நலம் விளைவுகள். எனவே ஒரு நபர் அடிமையாகலாம் மருந்துக்கு. அடிமையாவதற்கான ஆபத்து மற்றும் நீங்கள் எவ்வளவு வேகமாக ஆகிறீர்கள் போதைக்கு அடிமையானவர் மாறுபடும். ஓபியாய்டு போன்ற சில மருந்துகள் வலி நிவாரணிகள், அதிக ஆபத்து மற்றும் போதைக்கு காரணமாகின்றன மற்றவர்களை விட வேகமாக. பெயர் இருந்தாலும், எப்சம் போன்ற சில தயாரிப்புகள் உப்புகள், மாற்று கேத்தினோன்கள் சாப்பிடலாம், குறட்டை விடலாம், உள்ளிழுக்கப்படும் அல்லது உட்செலுத்தப்படும் மற்றும் மிகவும் அடிமையாக்கும். இவை மருந்துகள் கடுமையான போதையை ஏற்படுத்தும், இதன் விளைவாக ஆபத்தான சுகாதார விளைவுகள் அல்லது மரணம் கூட.

6. ஒழுங்கற்ற சுகாதார சோதனை:

தொடர்ந்து மருத்துவ பரிசோதனைக்கு செல்வது உங்களுக்கு உதவும் பல நோய்களைத் தவிர்க்கவும், மற்றவற்றைப் பிடிக்கவும் ஆரம்பத்தில் நோய்கள். இது உங்கள் உடல்நலம் குறித்து உங்களுக்கு சிறந்த ஆலோசனைகளை வழங்கவும், உங்கள் மருத்துவரை வைத்திருக்கவும் உதவுகிறது உங்கள் உடல்நிலை குறித்து மற்ற மருத்துவர்கள் தெரிவிக்கின்றனர் அடிப்படையில் ஆரோக்கியமான வாழ்க்கை அமையும். இது நோய்வாய்ப்படும் அபாயத்தை குறைக்கிறது. இது கண்டறிகிறது உயிருக்கு ஆபத்தான சுகாதார நிலைமைகள் அல்லது ஆரம்ப நோய்கள். அதற்கான வாய்ப்புகளையும் அதிகரிக்கிறது சிகிச்சை மற்றும் சிகிச்சை. இது சிக்கல்களின் அபாயத்தை கட்டுப்படுத்துகிறது

இருக்கும் நிலைமைகளை உன்னிப்பாகக் கண்காணிப்பதன் மூலம். நீங்கள் ஒரு வழக்கமான சர்க்கரை பரிசோதனை செய்தால் மற்றும் கொலஸ்ட்ரால், நீங்கள் பெறுவதற்கான வாய்ப்பு எவ்வளவு என்பதை நீங்கள் அறிவீர்கள் எதிர்காலத்தில் நீரிழிவு/கொலஸ்ட்ரால். இது எதனால் என்றால், நீங்கள் எல்லையில் இருந்தால், மருத்துவர்கள் உங்களுக்கு அறிவுறுத்துகிறார்கள் உங்கள் சர்க்கரை உட்கொள்ளலை கட்டுப்படுத்தவும். எனவே, நீங்கள் வைத்திருக்க முடியும் உங்கள் ஆரோக்கியத்தின் மீது கட்டுப்பாடு.

முக்கிய நன்மைகள்:

---

a). குறைந்த சுகாதார செலவுகள்:

வழக்கமான உடல்நலப் பரிசோதனை உங்கள் பணத்தை மிச்சப்படுத்தலாம் நீண்ட காலம். மேலும், தடுப்பு சுகாதார பரிசோதனைகள் செய்யலாம் அறுவைசிகிச்சை மற்றும் பிற ஆபத்தை குறைக்கிறது நாள்பட்ட மருத்துவ நிலைமைகள்.

b). நோயின் மேலும் வளர்ச்சியை நீக்குகிறது:

புற்றுநோய் என்பது ஒரு நோயாகும், அதை நீங்கள் பின்னர் கண்டறிந்தால், அது சிகிச்சை கடினமாக இருக்கலாம். வழக்கமான உடல் பரிசோதனை செய்வது வரை ஒரு நோயை அதற்கு முன் கண்டறிய மருத்துவர்களுக்கு உதவ முடியும் அதிக ஆபத்தை ஏற்படுத்துகிறது. இது சிக்கல்களின் போது ஏற்படும் அபாயத்தைக் குறைக்கிறது சிகிச்சை - நீங்கள் ஆரோக்கியமாக இருப்பது கண்டறியப்பட்டதும் ஆரம்ப கட்டத்தில் நிலை, சிக்கலான மற்றும் ஆபத்து நோயறிதலுடன் ஒப்பிடும்போது சம்பந்தப்பட்டவை குறைவாக உள்ளன மிகவும் தாமதமான நிலை. வழக்கமான சோதனை உதவியாக இருக்கும் எந்தவொரு உடல்நலக் கவலையிலிருந்தும் உங்கள் உடலை மீட்டெடுக்கிறது.

c. ஆயுட்காலம் அதிகரிக்கிறது:

உங்கள் உடலை வழக்கமான பரிசோதனை செய்வதன் மூலம், உங்களால் முடியும் நீங்கள் எவ்வளவு ஆரோக்கியமாக இருக்கிறீர்கள்

என்பதை உறுதிப்படுத்திக் கொள்ளுங்கள். எடுத்துக்கொள்வதன் மூலம் மருத்துவரின் தடுப்பு ஆலோசனை மற்றும் பின்வருபவை மருத்துவரின் பரிந்துரைகள் உங்கள் அளவை அதிகரிக்கலாம் ஆயுட்காலம் கூட. குறிப்பிட்ட சோதனைகளுடன் வழக்கமான சோதனைகள்மாறுபடலாம்வயது, பாலினம், குடும்பவரலாறுமற்றும் ஒட்டுமொத்த ஆரோக்கியம். எங்களில் பலர், எங்கள் முந்தையவர்கள் உட்பட தலைமுறை, வழக்கமான மருத்துவ பரிசோதனை செய்ய தயக்கம். ஆனால் தடுப்பு சுகாதார பரிசோதனை மூலம், நீங்கள் நீங்கள் ஆரோக்கியமாக இருக்கிறீர்கள் என்பதை உணருங்கள் மன அமைதி. அனைவரும் பெற இது மிகவும் பரிந்துரைக்கப்படுகிறது வழக்கமான மருத்துவ பரிசோதனைகள் செய்யப்பட்டது. ஒழுங்கற்ற ஆரோக்கியம் கன்னத்தை உயர்த்துவது நோய்களுக்கு ஒரு முக்கிய காரணமாகும்.

7. வெளிப்புற/விபத்து காயம்:

விபத்து என்பது எதிர்பாராத அல்லது திட்டமிடப்படாதது ஒரு விபத்து மற்றும் எதிர்மறையான சூழ்நிலை விளைவு. பெரும்பாலான சிறிய விபத்துக்கள் உயிருக்கு ஆபத்தானவை அல்ல என்றாலும், நம்மைச் சுற்றி பல பெரிய விபத்துகள் நடக்கின்றன நாள். விபத்துகளில் மிகவும் பொதுவான வகைகள் அடங்கும் ஆட்டோமொபைல் மற்றும் சாலை விபத்துக்கள், விளையாட்டு தொடர்பான விபத்துக்கள், வீழ்ச்சி காயங்கள் அல்லது தீ விபத்துகள். அவசரநிலையைப் புரிந்துகொள்வது அவசியம் சேவைகள் மற்றும் அவசர மேலாண்மை தேவை ஒரு விபத்தின் போது, பாதிக்கப்பட்டவருக்கு. பாதிக்கப்பட்ட, திக்கப்பட்டவர்களின் முக்கியமான கவனிப்பு விபத்தின் போது ஏற்படும் காயங்கள் (எ.கா. சாலை விபத்து), விபத்து மற்றும் அவசரநிலை மூலம் கையாளப்படுகிறது மருத்துவமனையின் துறை (A&E துறை). விபத்தில் பணிபுரியும் துணை மருத்துவர்கள் மற்றும் அவசர சிகிச்சைப் பிரிவு உதவிக்கு அனுப்பப்பட்டுள்ளது விபத்து நடந்த இடத்தில் பாதிக்கப்பட்டவர். அவர்கள் வழங்குகிறார்கள் அவசர மருத்துவ சேவைகளுடன் விபத்தில் பாதிக்கப்பட்டவர்கள், ஆம்புலன்ஸ் சேவைகள் மற்றும் போக்குவரத்தை வழங்குகின்றன அவசர அறை. சரியான சிகிச்சையைப் பெறுவது மிகவும் அவசியம்

இல்லையெனில் சீக்கிரம் குணமடைய சிறந்த மருத்துவமனையுடன் நேரம் இது வாழ்நாள் முழுவதும் ஒரு பெரிய நோயாக இருக்கலாம்.

8. மாறிவரும் காலநிலை நிலை:

சில சந்தர்ப்பங்களில் ஆரோக்கிய நன்மைகள் இருக்கலாம், ஆனால் கவனிக்கப்பட்ட மற்றும் கணிக்கப்பட்ட வழக்குகளில் தெளிவான பெரும்பான்மை, காலநிலை மாற்றத்தின் ஆரோக்கிய பாதிப்புகள் எதிர்மறையானவை. தட்பவெப்பநிலை மாற்றத்தால் நோய்த்தொற்றுகள் அதிகரிக்கலாம் மலேரியா மற்றும் டெங்கு காய்ச்சல் போன்ற நோய்கள், மற்றும் முடியும் மன ஆரோக்கியத்திலும் குறிப்பிடத்தக்க தாக்கத்தை ஏற்படுத்துகிறது. பறவைக் காய்ச்சல், காலரா, எபோலா, பிளேக் மற்றும் காசநோய் பரவி வரக்கூடிய சில நோய்கள் மட்டுமே காலநிலை மாற்றத்தின் விளைவாக மோசமானது, படி வனவிலங்கு பாதுகாப்பு சங்கத்தின் அறிக்கை வெளியிடப்பட்டது. *(WCS)*. காலநிலை மாற்றம் மற்றும் உலகளாவிய விளைவுகள் என்ன?

வெப்பமா?

- உயரும் அதிகபட்ச வெப்பநிலை.
- உயரும் குறைந்தபட்ச வெப்பநிலை.
- உயரும் கடல்மட்டம்.
- அதிக கடல் வெப்பநிலை.
- அதிக மழைப்பொழிவின் அதிகரிப்பு (கனமழை மற்றும் ஆலங்கட்டி மழை)
- சுருங்கும் பனிப்பாறைகள்.
- பெர்மாஃப்ரோஸ்ட்

பிரபல உயிரியலாளர் ‘எரின் ஏ மொர்டெகாய்’ கணிக்கப்பட்டது “காலநிலை மிகவும் உகந்ததாக இருந்தால் பரிமாற்றம், அது கடினமாகிவிடும் மற்றும் கொசுவை கட்டுப்படுத்துவது மிகவும் கடினம்”.

9. வைரஸ் தாக்குதல்:

ஒரு வைரஸ் நோய் என்பது ஒரு நோயால் ஏற்படும் எந்த நிலையிலும் உள்ளது வைரஸ். வைரஸ்கள் போன்ற பழக்கமான தொற்று நோய்களை

ஏற்படுத்துகின்றன ஜலதோஷம், பல்வேறு வைரஸ்கள் நிச்சயமாக தாக்கும் உங்களைப் போன்ற உங்கள் உடலில் உள்ள செல்கள். கோவிட் *19* எனப்படும் *SARS-CoV-2* ஆல் ஏற்படும் நோய், உள்ளவர்களுக்கு அதிக ஆபத்தை ஏற்படுத்துகிறது. *WHO* படி, அடிப்படை சுகாதார நிலைமைகள். பொதுவான அறிகுறிகள் காய்ச்சல், இருமல், இழப்பு ஆகியவை அடங்கும் சுவை அல்லது வாசனை மற்றும் மூச்சுத் திணறல் மற்றும் பல தீவிர அறிகுறிகள் சுவாசக் கஷ்டங்கள், மார்பு வலி மற்றும் இயக்கம் இழப்பு. எபோலா வைரஸ் ஒரு கடுமையான, கடுமையான நோயை ஏற்படுத்துகிறது இது பெரும்பாலும் மரணமடைகிறது. பின்னர்எபோலா பரவுகிறது. நேரடி வழியாக மனிதனுக்கு மனிதனுக்கு பரவுகிறது. மனிதர்கள் முன்பு இருந்தே வைரஸ்களை எதிர்த்துப் போராடுகிறார்கள். நமது இனம் அதன் நவீன வடிவத்திலும் கூட பரிணமித்தது.

சில வைரஸ் நோய்களுக்கு, தடுப்பூசிகள் மற்றும் வைரஸ் தடுப்பு மருந்துகள் தொற்றுகள் பரவாமல் இருக்க எங்களை அனுமதித்துள்ளன பரவலாக, மற்றும் நோய்வாய்ப்பட்ட மக்கள் மீட்க உதவியது. டெங்குவால் ஆண்டுக்கு *100* முதல் *400* மில்லியன் மக்கள் பாதிக்கப்படுகின்றனர். *WHO* இன் கருத்துப்படி. இறப்பு விகிதம் என்றாலும் டெங்கு காய்ச்சல் மற்ற சில வைரஸ்களை விட குறைவாக உள்ளது சுமார் *1%*, வைரஸ் எபோலா போன்றவற்றை ஏற்படுத்தும் டெங்கு ரத்தக்கசிவு காய்ச்சல் என்று அழைக்கப்படும் நோய், மற்றும் நிலை இருந்தால் இறப்பு விகிதம் *20%* ஆகும் சிகிச்சை அளிக்கப்படாத. “டெங்கு வைரஸ் பற்றி நாம் அதிகம் சிந்திக்க வேண்டும் ஏனெனில் இது எங்களுக்கு ஒரு உண்மையான அச்சுறுத்தலாகும்,” என்று முஹ்ல்பெர்கர் கூறினார். டெங்குவிற்கான தடுப்பூசி *2019* இல் அங்கீகரிக்கப்பட்டது பயன்படுத்துவதற்கான அமெரிக்க உணவு மற்றும் மருந்து நிர்வாகம். *9-16* வயதுடைய குழந்தைகள் ஒரு பகுதியில் வசிக்கின்றனர் டெங்கு பொதுவானது மற்றும் உறுதிப்படுத்தப்பட்ட வரலாறு கொண்டது *CDC* படி, வை ரஸ் தொற்று. சிலவற்றில் நாடுகளில், அங்கீகரிக்கப்பட்ட தடுப்பூசி உள்ளது *9-45* வயதுடையவர்கள், ஆனால் மீண்டும், பெறுநர்கள் வேண்டும் டெங்கு பாதிப்பு உறுதி செய்யப்பட்டுள்ளது கடந்த இதுவரை வைரஸ் தாக்காதவர்கள் இருந்தால் கடுமையான டெங்கு உருவாகும் அபாயம் உள்ளது தடுப்பூசி கொடுக்கப்பட்டது. இந்த வைரஸிலிருந்து தொற்று ஒரு கடித்த பிறகு அல்லது உருவாகிறது

பாதிக்கப்பட்ட விலங்கிலிருந்து கீறல். இதனால் ஏற்படலாம் மூளை மற்றும் நரம்புகளுக்கு சேதம் எப்போது, எப்படி பாதிக்கலாம் என்பது எங்களுக்குத் தெரியாது எந்தவொரு நோயினாலும், நாம் எப்போதும் காப்பீடு செய்ய வேண்டும் நமது உடல் ஒரு நல்ல உடல்நலக் காப்பீட்டுத் திட்டத்துடன்.

“உங்கள் உணவை ஒரு மருந்தை போல் உண்ணுங்கள் இல்லையென்றால் உங்கள் மருந்து உங்கள் உணவாகும்”

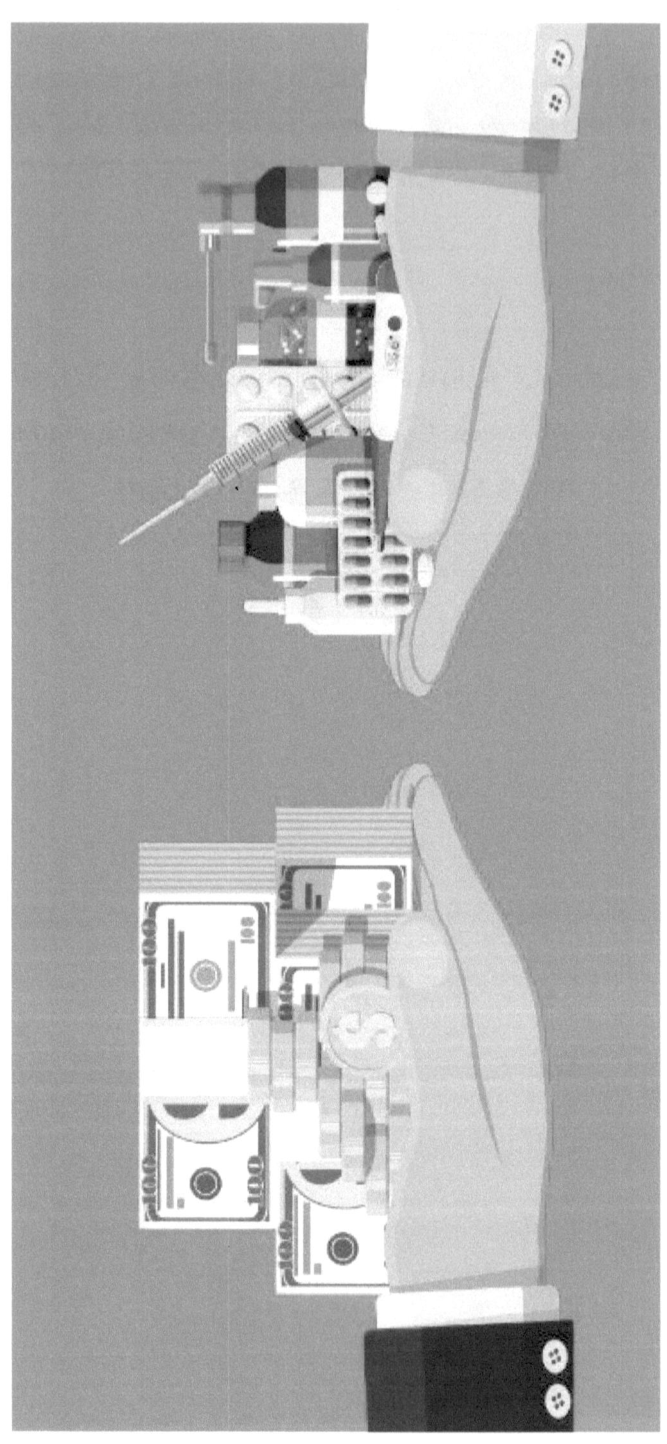

நோய்களுக்கான செலவு

இந்தியா முழுவதும் சிகிச்சை செலவுகள் ஒரே மாதிரியாக இல்லை. க்கு அதே நோய், இது மிகவும் வித்தியாசமாக இருக்கலாம் பல்வேறு பகுதிகளில் அமைந்துள்ள பல்வேறு நகரங்கள் நாடு. உதாரணமாக, சுகாதார செலவுகள் பொதுவாக இருக்கும் டெல்லி மற்றும் கிழக்கு போன்ற வடக்கு நகரங்களில் அதிகமாக உள்ளது தென்னிந்திய நகரங்களுடன் ஒப்பிடும்போது கொல்கத்தா பெங்களூரு, சென்னை மற்றும் ஹைதராபாத் போன்றவை. மில்லியன் கணக்கானவர்கள் ஏன் இதுவே சரியான காரணம் இந்தியாவில் உள்ள மக்கள் ஒரு நகரத்திலிருந்து குடிபெயரத் தேர்வு செய்கிறார்கள் மற்றொன்று அவர்களின் மருத்துவச் செலவைக் காப்பாற்றுவதற்காக. இந்தியாவில் அறுவை சிகிச்சை செலவு பலரால் தீர்மானிக்கப்படுகிறது காரணிகள். தனியார் மருத்துவமனைகளில், உலகத்தரம் வாய்ந்த வசதிகள் இல் அறுவை சிகிச்சை செய்யும் போது வழங்கப்படுகிறது மிகவும் போட்டி விகிதங்கள். அவற்றின் அடிப்படையில் இடங்கள் மற்றும் வசதிகள், இந்தியாவில் அறுவை சிகிச்சை செலவு மாறுகிறது வெவ்வேறு நடைமுறைகளுக்கு.

ஒவ்வொன்றையும் கவனமாகக் கருத்தில் கொள்வது அவசியம் சிகிச்சையின் போது விருப்பம். உடன் மருத்துவர்கள் இதே போன்ற வழக்குகளை கையாள்வதில் அனுபவம் மற்றும் யார் மேம்பட்ட தொழில்நுட்பத்துடன் பொருத்தப்பட்ட சிறந்த உதவ முடியும் நோயாளி குணமடைந்து இயல்பு வாழ்க்கைக்கு திரும்ப வேண்டும். எனவே, ஒருவர் தரத்தை ஒருபோதும் கைவிடக்கூடாது விருப்பங்களை தேர்வு. இங்கே நாங்கள் சுருக்கமான தகவலை வழங்க முயற்சித்தோம் சில பொதுவான சிகிச்சை கட்டணங்கள் பற்றி புற்றுநோய், சிறுநீரக செயலிழப்பு, கண்புரை போன்ற நோய்கள் பொதுவாக விரும்பப்படும் இந்திய நகரங்கள், அதாவது புதியவை டெல்லி, சென்னை, கொல்கத்தா, மும்பை, பெங்களூரு மற்றும் ஹைதராபாத்.

1. **புற்றுநோய்**- பல நன்கு பொருத்தப்பட்டவை உள்ளன பல்வேறு பெருநகரங்களில் புற்றுநோய் மருத்துவமனைகள் இந்தியா. மிகவும்

பொதுவான இரண்டு வகையான புற்றுநோய்கள் சிகிச்சைகள் பின்வருமாறு:

நுரையீரல் புற்றுநோய் :

சுமார் 80,000 செலவாகும் சிகிச்சை ஒரு சுழற்சிக்கு 1,20,000 வரை. அதற்கு நுரையீரல் தேவைப்படும் பட்சத்தில் அறுவை சிகிச்சைக்கு 10 முதல் 18 வரை செலவாகும்லட்சம். சென்னை மற்றும் ஹைதராபாத் இருக்கும் மலிவு சிகிச்சைக்கு விருப்பமான நகரங்கள், அதே நேரத்தில் புதுடெல்லி, மும்பை, பெங்களூரு ஆகிய நகரங்களில் நடைபெறும் வரம்பின் உயர் பக்கம்.

கருப்பை புற்றுநோய்:

சிகிச்சை இரண்டு கட்டங்களை உள்ளடக்கியது. முதல் இரண்டு கருப்பை புற்றுநோயின் நிலைகள் வழக்கமாக உள்ளன உங்களுக்கு செலவாகும் அறுவை சிகிச்சைகள் மூலம் சிகிச்சை அளிக்கப்படும் தோராயமாக 7 முதல் 9 லட்சம். அதேசமயம், கருப்பையின் கடைசி இரண்டு நிலைகளுக்கான சிகிச்சை புற்றுநோய்க்கு 80 ஆயிரம் முதல் 140 ஆயிரம் வரை செலவாகும் நகரம் மற்றும் மருத்துவமனை மீது.

2. **கார்டியோவாஸ்குலர் நோய்கள்**- கிட்டத்தட்ட 25% இறப்புகள் இந்தியாவில் 70 வயதுக்கு முன் ஏற்படும் இருதய நோய்கள். மறுபுறம், இந்தியா சிறந்த இடங்களில் ஒன்றாக கருதப்படுகிறது இதய அறுவை சிகிச்சைக்கான உலகம். மிகவும் பொதுவான இருதய நோய்களுக்கான சிகிச்சைகள் அடங்கும் பைபாஸ் அறுவை சிகிச்சைகள், ஆஞ்சியோபிளாஸ்டி, வால்வு மாற்று மற்றும் திறந்த இதய அறுவை சிகிச்சைகள். விலை பல்வேறு நகரங்களில் பைபாஸ் அறுவை சிகிச்சை அட்டவணைப்படுத்தப்பட்டுள்ளது கீழே:

நகரம்	**குறைந்தபட்ச விலை**	**அதிகபட்ச விலை**
பெங்களூரு	4,00,000.00	15,00,000.00
சென்னை	5,00,000.00	12,00,000.00
ஹைதராபாத்	6,00,000.000	14,00,0000.00
கொல்கத்தா	7,00,000.00	15,00,000.00
மும்பை	10,00,000.00	20,00,000.00
புது தில்லி	6,00,000.00	12,00,000.00

வெவ்வேறு பெருநகரங்களில் ஆஞ்சியோபிளாஸ்டி விகிதம் நகரங்கள் கீழே அட்டவணைப்படுத்தப்பட்டுள்ளன:

நகரம்	**குறைந்தபட்ச விலை**	**அதிகபட்ச விலை**
பெங்களூரு	4,00,000.00	10,00,000.00
சென்னை	4,50,000.00	9,00,000.00
ஹைதராபாத்	3,00,000.00	8,50,000.00
கொல்கத்தா	5,00,000.00	10,00,000.00
மும்பை	8,00,000.00	15,00,000.00
புது தில்லி	6,00,000.00	10,00,000.00

3. **சிறுநீரகம் தொடர்பான நோய்கள்-** சுமார் 23 இல் இந்தியாவில் 100 பேர் சிறுநீரக நோயால் பாதிக்கப்பட்டுள்ளனர் வியாதிகள். டயாலிசிஸ் மிகவும் பொதுவானது இத்தகைய நோய்களைக் குணப்படுத்துவதற்கான சிகிச்சை முறை. சிறுநீரக மருத்துவர்களின் கூற்றுப்படி, இந்தியாவில் மட்டுமே உள்ளது. 1300 முதல் 2,000 டயாலிசிஸ் மையங்கள். டயாலிசிஸ் ஆகும் முக்கியமாக இரண்டு வகைகள், ஹீமோடையாலிசிஸ் மற்றும் பெரிட்டோனியல் டயாலிசிஸ்.

ஹீமோடையாலிசிஸின் சராசரி செலவு வரம்பில் உள்ளது சராசரியாக ஒரு அமர்வுக்கு 18,000 முதல் 25,000 வரை பெரிட்டோனியல் டயாலிசிஸ் செலவு 25,000 முதல் 4 முதல் 6 அமர்வுகள் தேவைப்படும் ஒரு அமர்வுக்கு 35,000.டயாலிசிஸ் செய்வதற்கான குறைந்தபட்ச மற்றும் அதிகபட்ச கட்டணம் ஆறு வெவ்வேறு நகரங்களில் சிகிச்சை சித்தரிக்கப்பட்டுள்ளது கீழே உள்ள அட்டவணை:

நகரம்	**குறைந்தபட்ச விலை**	**அதிகபட்ச விலை**
பெங்களூரு	4,000.00	9,000.00
சென்னை	3,000.00	12,000.00
ஹைதராபாத்	4,000.00	10,000.00
கொல்கத்தா	3,000.00	12,000.00
மும்பை	5,000.00	15,000.00
புது தில்லி	3,500.00	12,000.00

4. **கண்புரை:** கண்புரை அறுவை சிகிச்சை மிகவும் ஒன்றாகும் பொதுவான மற்றும் குறைவான சிக்கலான செயல்பாடுகள் இந்தியாவில் நிகழ்த்தப்பட்டது. பாகோஎமல்சிஃபிகேஷன் அல்லது

'பாகோ' மற்றும் கையேடு சிறிய கீறல் கண்புரை அறுவைசிகிச்சை (MSICS) மிகவும் பொதுவான இரண்டு கண்புரை அறுவை சிகிச்சை வகைகள். இங்கே ஒரு அட்டவணை உள்ளது கண்புரை அறுவை சிகிச்சை கட்டணம் பற்றிய விளக்கம் பல்வேறு இந்திய நகரங்கள்:

நகரம்	**குறைந்தபட்ச விலை**	**அதிகபட்ச விலை**
பெங்களூரு	*30,000.00*	*3,50,000.00*
சென்னை	*40,000.00*	*4,00,000.00*
ஹைதராபாத்	*25,000.00*	*3,80,000.00*
கொல்கத்தா	*30,000.00*	*2,50,000.00*
மும்பை	*50,000.00*	*4,50,000.00*
புது தில்லி	*30,000.00*	*4,00,000.00*

5. **பித்தப்பை:** பித்தப்பை அறுவை சிகிச்சை ஆகிவிட்டது பல ஆண்டுகளாக இந்தியாவில் மிகவும் பொதுவானது பித்தப்பை கற்களின் அதிகரிப்பு. 'லேப்ராஸ்கோபிக் கோலிசிஸ்டெக்டோமி' என்றும் அழைக்கப்படுகிறது மருத்துவ ரீதியாக, இந்த வகையான அறுவை சிகிச்சை நாட்டில் மிகவும் செலவு குறைந்ததாகும். கீழே உள்ள அட்டவணை விவரிக்கிறது பித்தப்பைக் கல் அறுவை சிகிச்சை பல்வேறு இந்தியர்களில் வசூலிக்கப்படுகிறது நகரங்கள். அனைத்து விருப்பங்களிலும், புது டெல்லி வழங்குகிறது மிகவும் சிக்கனமான மாற்று.

நகரம்	**குறைந்தபட்ச விலை**	**அதிகபட்ச விலை**
பெங்களூரு	*1,20,000.00*	*4,50,000.00*
சென்னை	*1,50,000.00*	*5,00,000.00*
ஹைதராபாத்	*1,80,000.00*	*3,20,000.00*
கொல்கத்தா	*1,70,000.00*	*3,50,000.00*
மும்பை	*2,10,000.00*	*5,50,000.00*
புது தில்லி	*1,20,000.00*	*4,80,000.00*

இப்போது, நீங்கள் சுகாதாரத்தைப் பற்றி நியாயமான யோசனையைப் பெற்றிருக்க வேண்டும் விருப்பமான இந்திய நகரங்களில் கட்டணம். இது புத்திசாலித்தனமான முடிவை எடுக்கவும் தேர்வு செய்யவும் உங்களுக்கு அதிகாரம் அளிக்கிறது உங்கள் சிகிச்சைக்கு ஒரு விவேகமான இடம் உங்கள் மருத்துவச் செலவுகளைக் குறைத்து உறுதிப்படுத்திக் கொள்ளுங்கள் அதிகபட்ச சேமிப்பு. மேலும், போதுமான ஆரோக்கியத்துடன் இருப்பது நல்லது 360 டிகிரி

நிதி கவரேஜுக்கான காப்பீடு பணம் செலுத்துவதைத் தடுக்க மருத்துவ தற்செயல்களுக்கு எதிராக இதுபோன்ற சூழ்நிலைகளில் உங்கள் பாக்கெட்டில் இருந்து வெளியேறுங்கள்.

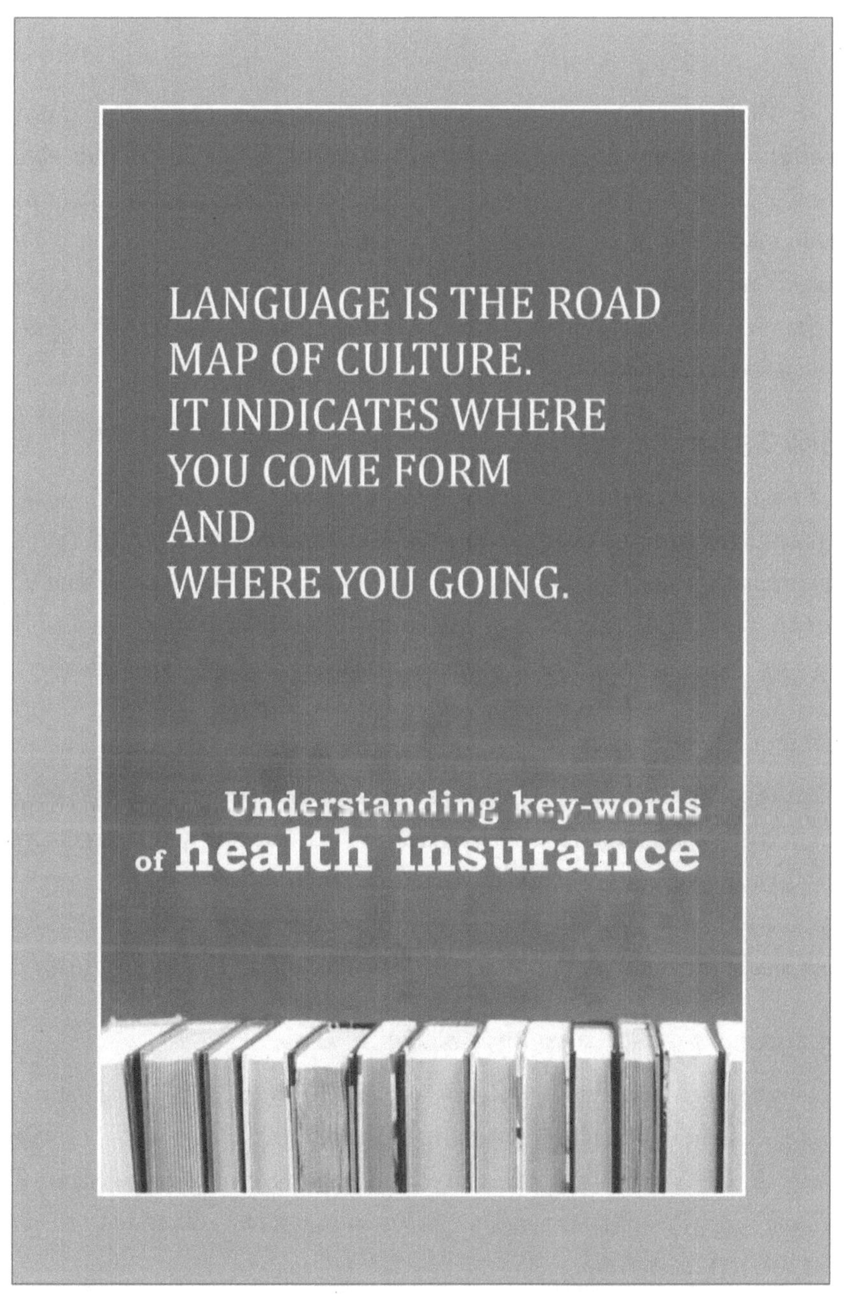

ஹெல்த் இன்சூரன்ஸ் மொழி

எப்போது பின்வரும் வார்த்தைகளைப் பயன்படுத்துவது மிகவும் முக்கியம் நீங்கள் ஆரோக்கியத்தைப் பற்றி உங்கள் வாய்ப்புகளுடன் பேசுகிறீர்கள் காப்பீடு. முன்னால் இந்த வார்த்தைகளை அடிக்கடி பயன்படுத்துவதன் மூலம் உங்கள் எதிர்பார்ப்பில் நீங்கள் சிறந்த முடிவைப் பெற்று வெற்றி பெற வேண்டும் உங்கள் எதிர்பார்ப்பின் நம்பிக்கை. **சில முக்கியமான தலைப்புகள் இங்கே ரையறுக்கப்பட்டுள்ளன.**

உறுதி தொகை:

வரையறுக்கப்பட்ட ஹெல்த் இன்சூரன்ஸ் பாலிசியில் சம் அஷ்யூர் ஒரு கவரேஜ் வழங்கும் இழப்பீட்டுக் கொள்கை அல்லது நிதி இழப்பு காரணமாக இழப்பீடு மருத்துவமனை. இது முன் வரையறுக்கப்பட்ட வரம்பு காப்பீட்டு நிறுவனம் உங்களுக்கோ அல்லது உங்களுக்கோ செலுத்த ப்புக்கொள்கிறது கொள்கை நிபந்தனையின்படி நாமினி.

முன் மருத்துவமனை:

மருத்துவச் செலவுக்கு முந்தைய மருத்துவச் செலவைக் குறிக்கிறது நோயாளி மருத்துவமனையில் அனுமதிக்கப்படுவதற்கு முன்பு ஏற்படும் சில நோய் அல்லது நோய்களுக்கு பெரும்பாலான சுகாதார காப்பீடு பாலிசிகள் இந்த செலவுகளை 30-க்கு இடையில் எங்கும் உள்ளடக்கும் மருத்துவமனையில் அனுமதிக்கப்படுவதற்கு 90 நாட்களுக்கு முன்பு.

மருத்துவமனையில் அனுமதிக்கப்பட்ட பின்:

மருத்துவமனைக்குச் சென்ற பின் ஏற்படும் செலவுகள் மருத்துவத்தைப் பற்றியது நோயாளி டிஸ்சார்ஜ் செய்யப்பட்ட பிறகு ஏற்படும் செலவு மருத்துவமனை. முழுமையாக குணமடைய சில நாட்கள் ஆகும் நோயாளிக்கு கூடுதல் ஆதரவு தேவைப்படலாம் நீட்டிக்கப்பட்ட காலம்.

பெரும்பாலான காப்பீட்டுக் கொள்கைகள் இந்தச் செலவை 30-க்கு இடைப்பட்ட மருத்துவமனையில் இருந்து வெளியேற்றப்பட்ட 90 நாட்களுக்குப் பிறகு.

பகல்நேர பராமரிப்பு:

மருத்துவ அறிவியலின் மகத்தான கண்டுபிடிப்பு காரணமாக பல நோய்களுக்கு 24 மணிநேர மருத்துவமனை தேவையில்லை சிகிச்சை. தேவையான நடைமுறைகள் 24 மணி நேரத்திற்கும் குறைவாக மருத்துவமனையில் சேர்வதே கீமோதெரபி, ரேடியோதெரபி போன்ற 'டே கேர்' சிகிச்சை என அழைக்கப்படுகிறது. கண்புரை, டான்சிலோடோமி மற்றும் பல.

பணமில்லா நன்மைகள்:

ரொக்கமில்லா மருத்துவமனையில் அனுமதிப்பது அத்தகைய நிகழ்வைத் தவிர்ப்பதை நோக்கமாகக் கொண்டுள்ளது ஒரு வேளை அவசரம் என்றால். காப்பீட்டு நிறுவனம் நேரடியாக தனது நெட்வொர்க் மருத்துவமனைகளில் பில்களை செட்டில் செய்கிறார். அவ்வாறான நிலையில் பில் செட்டில்மெண்ட் இடையே செய்யப்படுகிறது காப்பீட்டு நிறுவனம் மற்றும் மருத்துவமனை.

திருப்பிச் செலுத்தும் பலன்கள்:

இந்த வகை உரிமைகோரல் செயல்பாட்டில் பாலிசிதாரர் பணம் செலுத்துகிறார். மருத்துவமனையில் சேர்க்கும் செலவுகள் மற்றும் காப்பீட்டின் மூலம் திருப்பிச் செலுத்துவதற்கான கோரிக்கை வழங்குபவர் பிற்பகுதியில். ஒருவர் திரும்பப் பெறலாம். நெட்வொர்க் மற்றும் நெட்வொர்க் அல்லாத மருத்துவமனை இரண்டிலும் வசதி மேலும்.

விதிவிலக்குகள்:

விதிவிலக்குகள் என்பது காப்பீட்டுக்கான விதி நிறுவனம் கவரேஜ் வழங்கவில்லை. இவை இன்சூரன்ஸ் கவரேஜிலிருந்து நிபந்தனைகள் விலக்கப்பட்டுள்ளன. நிறுவனத்திற்கு ஏற்படும் நஷ்டத்தை தவிர்க்கவும். அனைத்து உடல்நலக் காப்பீடுகளும் சிலவற்றின் கவரேஜை விலக்குகின்றன. தேதியிலிருந்து ஒரு குறிப்பிட்ட காலத்திற்கு நோய்

கொள்கையின் தொடக்கத்தில், அவை அழைக்கப்படுகின்றன 'விலக்கு'. கவரேஜ் விலக்கப்பட்ட காலம் காத்திருப்பு காலம் என்று அழைக்கப்படுகிறது. நிரந்தரவிலக்குகள்சிகிச்சையின்பட்டியலிடப்பட்ட வகை, இது எப்போதும் இல்லை வாழ்நாள் முழுவதும் சுகாதார காப்பீட்டுக் கொள்கையில் உள்ளது, அவர்கள் தவிர்க்கப்படுவதிலிருந்து நிரந்தரமாக விலக்கப்பட்டுள்ளனர் சுகாதார காப்பீடு நோக்கம்.

ஏற்கனவே இருக்கும் நோய்:

ஏற்கனவே இருக்கும் நோய் என்பது ஒரு மருத்துவ நிலை ஒருவர் ஆரோக்கியத்தை வாங்கும் போது ஏற்கனவே உள்ளது காப்பீட்டுக் கொள்கை. ரத்த அழுத்தம், சர்க்கரை நோய், தைராய்டு, ஆஸ்துமா, மனச்சோர்வு போன்றவை முன்கூட்டியவை இருக்கும் வியாதிகள். ஒரு குறிப்பிட்ட காத்திருப்பு காலம் உள்ளது ஏற்கனவே உள்ள நோய்க்கு கீழே தீர்மானிக்கப்படுகிறது காப்பீட்டு நிறுவனத்தின் எழுத்துக் குழு குறிப்பிடப்பட்டுள்ளது கொள்கை நிபந்தனை.

ரீசார்ஜ் நன்மை:

உடல்நலக் காப்பீட்டின் கீழ் ரீசார்ஜ் நன்மை வழங்கப்படுகிறது திட்டம் அத்தகையது, கூடுதல் அளவு கவரேஜ் கூடுதல் இல்லாமல் உங்கள் அடிப்படைத் தொகை உத்தரவாதத்துடன் செலவு. சில உரிமைகோரல்களில் அல்லது எதிர்காலத்தில் இது மிகவும் பயனுள்ளதாக இருக்கும் அதே பாலிசி ஆண்டில் க்ளைம்கள்.

காத்திருப்பு காலம்:

காத்திருப்பு காலம் என்பது நீங்கள் எடுக்கும் காலம் ஆரோக்கியத்தின் சில அல்லது அனைத்து நன்மைகளையும் கோர முடியாது உங்கள் காப்பீட்டு வழங்குநரிடமிருந்து காப்பீடு. நீங்கள் வேண்டும் உங்களுக்கு முன் ஒரு குறிப்பிட்ட நேரம் காத்திருக்கவும் கோரிக்கை விடு.

மறுசீரமைப்பு நன்மை:

மறுசீரமைப்புப் பயன், பெயருக்கு ஏற்றவாறு மீட்டமைக்கிறது அல்லது உங்கள் காப்பீட்டுத் தொகையை அது முடிந்த பிறகு நிரப்புகிறது முற்றிலும் தீர்ந்துவிட்டது, அதன் முழுத் தொகை காரணமாக மருத்துவமனை.

இணை ஊதியம்:

இணை ஊதியம் என்பது பாலிசியின் ஏற்பாட்டைக் குறிக்கிறது வைத்திருப்பவர் மருத்துவத்தின் ஒரு பகுதியை செலுத்த வேண்டும் அவரது சொந்த பாக்கெட்டில் இருந்து செலவுகள் மற்றும் காப்பீடு. மீதமுள்ள தொகையை நிறுவனம் செலுத்தும்.

துணை வரம்பு:

துணை வரம்பு என்பது காப்பீட்டுக் கொள்கையில் கூடுதல் வரம்பு. சில இழப்புகளின் பாதுகாப்பு. இந்த வரம்புகள் ஒரு பகுதியாகும் காப்பீடு மூலம் நிர்ணயிக்கப்பட்ட அசல் தொகை நிறுவனம், வேறுவிதமாகக் கூறினால், ஒரு துணை வரம்பு ஒரு பணவியல் உங்கள் காப்பீட்டு சேவை வழங்குநர் சரிசெய்யும் தொப்பி குறிப்பிட்ட நோய்/காயங்கள்.

முன்மொழிபவர்:

முன்மொழிபவர் காப்பீட்டை முன்மொழிந்த ஒரு நபர் கொள்கை பாலிசி வைத்திருப்பவர் என்றும் அழைக்கப்படுகிறது. என்ற உரிமை கொள்கையின் உரிமை முன்மொழிபவரிடமே உள்ளது பிரீமியம் செலுத்த வேண்டியுள்ளது.

அடையாள அட்டை :

ஒவ்வொரு நபரும் உடல்நலக் காப்பீட்டுத் திட்டத்தின் கீழ் உள்ளனர் தனிப்பட்ட அடையாள எண் உள்ளது. வழங்கிய அட்டை கவரேஜை சரிபார்க்க சுகாதார காப்பீட்டு நிறுவனம் மற்றும் அனைத்து நெட்வொர்க்கிலும் பணமில்லா கட்டணத்தை ஏற்பாடு செய்யுங்கள் மருத்துவமனைகள். இந்த எண் எப்போதும் முன்னால் இருக்கும் அட்டை. இந்த எண் ஹெல்த் இன்சூரன்ஸ் நிறுவனத்திடமிருந்து குறிப்பிட்ட உறுப்பினரைக் கண்காணித்து, கேள்விக்கு பதிலளிக்கவும். கோரிக்கை மற்றும் நன்மைகள்.

பிரீமியம்:

உங்கள் ஆரோக்கியத்திற்காக நீங்கள் செலுத்தும் பணம் காப்பீட்டுத் தொகை பிரீமியம் எனப்படும். அது முடியும் ஆண்டு/அரையாண்டு/காலாண்டு/மாதந்தோறும் செலுத்தப்படும்.

கொள்கை அட்டவணை:

காப்பீட்டுக் கொள்கை ஆவணத்தில் நட்ஸ் மற்றும் தலைப்புகள் உள்ளன. உங்கள் கொள்கையின் போல்ட்கள், அவை உங்கள் கொள்கையை உச்சரிக்கின்றன விதிமுறைகள் மற்றும் நிபந்தனைகள். அவைதான் குறிப்பு உங்களுக்கும் உங்கள் காப்பீட்டிற்கும் புள்ளிகள் கவரேஜ்கள், விலக்குகள், விதிகள் மற்றும் உரிமைகோரல் நடைமுறைகள் முதலியன

நெட்வொர்க் மருத்துவமனை:

காப்பீட்டு ஒப்பந்தம் கொண்ட மருத்துவமனை பணமில்லா சிகிச்சை அளிக்கும் நிறுவனம் நெட்வொர்க் மருத்துவமனை என்று குறிப்பிடப்படுகிறது. இந்தக் கட்டுரை தெரிவிக்கிறது பணமில்லா ஆரோக்கியத்தை எவ்வாறு உருவாக்குவது என்பது பற்றி நெட்வொர்க்கில் சேர்க்கைக்கான காப்பீட்டு கோரிக்கை மருத்துவமனை.

உரிமைகோரல் போனஸ் இல்லை:

ஹெல்த் இன்ஷூரனில் க்ளெய்ம் போனஸ் அல்லது என்சிபி போனஸ் இல்லை ஒவ்வொரு உரிமைகோரலுக்கும் காப்பீட்டுத் தொகையில் சேர்க்கப்பட்ட பணம் இலவச ஆண்டு. பாலிசி வைத்திருப்பவருக்கு இது ஒரு வெகுமதி போன்றது அவரது உடல்நலக் காப்பீட்டில் உரிமை கோராததற்காக பெறப்பட்டது. NCB அனைத்து சுகாதார காப்பீடுகளுக்கும் பாலிசிக்கு பாலிசி மாறுபடும் நிறுவனம்.

மருத்துவத்திற்கு முந்தைய ஸ்கேனிங்:

மருத்துவத்திற்கு முந்தைய சோதனை என்பது செய்யப்படும் சோதனைகளின் தொகுப்பாகும் சுகாதார கொள்கையை வெளியிடுவதற்கு முன். இந்த சோதனைகள் பாலிசியை வாங்கும் செயல்முறையின் இன்றியமையாத பகுதி. பெரும்பாலானவை இன்சூரன்ஸ் நிறுவனத்தின் முன்நிபந்தனை உள்ளது உடல்நலக் காப்பீட்டின் மொழி உடல்நலக் காப்பீட்டை விரைவாக விற்பது எப்படி 47 பாலிசிக்கு முன் மருத்துவ பரிசோதனைக்கு உட்படுத்தப்பட வேண்டும் பாதுகாப்புக்காக ஏற்றுக்கொள்ளப்பட்டது.

பெயர்வுத்திறன்:

உங்கள் காப்பீட்டுக் கொள்கையை மாற்றுவதற்கான செயல்முறை ஒரு காப்பீட்டு நிறுவனம் மற்றொரு நிறுவனத்திற்கு சிறந்த சேவை அல்லது விலை அல்லது வசதிகள் அழைக்கப்படுகிறது பெயர்வுத்திறன். இந்த செயல்பாட்டில் நீங்கள் இழக்க வேண்டியதில்லை நீங்கள் குவித்துள்ள நன்மைகள்.

புதுப்பித்தல்:

கிட்டத்தட்ட அனைத்து முக்கிய சுகாதார காப்பீட்டு நிறுவனம் தேதியிலிருந்து 30 நாட்கள் காத்திருக்க வேண்டும் கொள்கை தொடக்கத்திற்குப் பிறகு நீங்கள் அதைப் பெறலாம் சரியான நேரத்தில் புதுப்பித்தல் மூலம் கவரேஜ் நன்மை. உன்னால் முடியும் மீட்புக்கு சீரற்ற காத்திருப்பு காலம் இல்லை மருத்துவ செலவினங்களின் பாதுகாப்பைப் பெறுதல்.

இரண்டாவது மருத்துவக் கருத்து:

நீங்கள்பட்டியலிடப்பட்ட நிலையில்ஏதேனும்கண்டறியப்பட்டால் மற்றொரு மருத்துவரின் இரண்டாவது கருத்தை நீங்கள் தேர்வு செய்யலாம் சரியான பிரச்சனையை எதிர்த்து போராட. பல சுகாதார பராமரிப்பு திட்டம் இந்த வகையான செலவுகளை உள்ளடக்கியது. மருத்துவ காப்பீடு செய்யும் இரண்டாவது கருத்துக்கு பணம் செலுத்த உதவும் மருத்துவ ரீதியாக அவசியமான ஒரு சிகிச்சை.

IMAGE (Page 48 Original)

Image caption: மொழி என்பது கலாச்சாரத்தின் பாதை வரைபடம். நீங்கள் எங்கிருந்து வருகிறீர்கள், எங்கு செல்கிறீர்கள் என்பதைக் குறிக்கிறது. *(Language is the road map of culture. It indicates where you come from and where you are going.)*

உடல்நலக் காப்பீட்டின் முக்கிய வார்த்தைகளைப் புரிந்துகொள்வது *(understanding key words of health insurance)*

Product Knowledge

Benefit of Product Knowledge

- Increase our communications skills.
- Boosts enthusiasm.
- Grows confidence.
- Makes it easy to convince the customer.
- Satisfied customers.
- More sales.
- Less product returns.

உங்கள் தயாரிப்புகளை அறிந்து கொள்ளுங்கள்

தயாரிப்பு அறிவு என்பது விற்பனைத் திறனின் இன்றியமையாத பகுதியாகும். உங்கள் தயாரிப்புகளின் அம்சங்களைப் புரிந்துகொள்வது உங்களை அனுமதிக்கிறது அவற்றின் பலன்களை துல்லியமாக முன்வைக்க மற்றும் வற்புறுத்தி. வாடிக்கையாளர்கள் ஆர்வத்துடன் பதிலளிக்கின்றனர் தங்கள் தயாரிப்புகளில் ஆர்வமுள்ள விற்பனை ஊழியர்கள் மேலும் பலன்களை அவர்களுடன் பகிர்ந்து கொள்ள ஆர்வமாக உள்ளனர்.

வாடிக்கையாளர் மீது கவனம் செலுத்துங்கள்:

தயாரிப்புகள்அல்லது சேவைகள்பிரிவின்நோக்கம் நீங்கள்வழங்கும் நன்மைகளை தெளிவாக வெளிப்படுத்த உங்கள் வாடிக்கையாளர்கள் அல்லது வாடிக்கையாளர்கள். அந்த இலக்கில் கவனம் செலுத்துங்கள் நீங்கள் என்ன விற்கிறீர்கள் என்பது உங்களுக்கு எவ்வாறு பயனளிக்கிறது என்பதைக் குறிப்பிடுவது வாடிக்கையாளர்கள். அது அவர்களின் வாழ்க்கையை எவ்வாறு சிறப்பாகவும் எளிதாகவும் ஆக்குகிறது, அல்லது அதிக லாபம் தேவை அடிப்படை விற்பனை என அழைக்கப்படுகிறது. உங்கள் திட்டம் அதே சேவைகளை உள்ளடக்கியதாக இருக்காது மற்றொரு திட்டம் உள்ளது. என்ன என்பதை அறிவது முக்கியம் உங்கள் கவரேஜ் திட்டம் விற்பனைக்கு முன் வழங்குகிறது.

கிடைக்கும் தயாரிப்புகளின் வகை:

குடும்ப தொகுப்பு:

குடும்ப நலக் காப்பீட்டுத் திட்டங்கள் சுகாதாரத் திட்டங்களாகும் முழு குடும்பத்தையும் உள்ளடக்கியது. தனி நபருக்கு மாறாக திட்டங்கள், குடும்பத் திட்டம் அனைவருக்கும் பாதுகாப்பு அளிக்கிறது. ஒரே பிரீமியத்தில் உங்கள் குடும்ப உறுப்பினர்.

நீங்கள் தனியாக செலுத்த வேண்டியதில்லை என்பதை இது குறிக்கிறது ஒவ்வொரு தனிநபருக்கான பிரீமியங்கள், அவற்றின் பொருட்படுத்தாமல் வயது. இது மிகவும் செலவு குறைந்ததாகும். பல வகைகள் உள்ளன அனைத்து காப்பீட்டு நிறுவனங்களிலும் குடும்ப பேக் கிடைக்கும்.

தனிப்பட்ட திட்டம்:

தனிப்பட்ட சுகாதார காப்பீட்டு திட்டங்களில், ஒவ்வொரு தனிமனிதனும் ஒரு குடும்பத்தின் ஒரு குறிப்பிட்ட சுகாதார பாதுகாப்புக்கு உரிமை உண்டு தொகை உறுதி; அதேசமயம் குடும்பத்தில் ஆரோக்கியம் மிதக்கிறது காப்பீட்டுத் திட்டம், அதே சுகாதார பாதுகாப்பு தொகை அனைத்து குடும்ப உறுப்பினர்களாலும் பகிர்ந்து கொள்ளப்படுகிறது திட்டத்தில் சேர்க்கப்பட்டுள்ளது.

மூத்த குடிமக்கள் திட்டம்:

மூத்த குடிமக்கள் உடல்நலக் காப்பீட்டுத் திட்டம் வடிவமைக்கப்பட்டுள்ளது மருத்துவ சிகிச்சைக்கு நிதி உதவி வழங்க வேண்டும் 60 வயதுக்கு மேற்பட்ட நபர்கள் தங்கள் மணிநேரத்தில் தேவை. மூத்த குடிமக்கள் உடல்நலக் காப்பீட்டுத் திட்டங்கள் வழங்குகின்றன தீவிர நோய்க்கான காப்பீடு, பணமில்லா மருத்துவமனையில் அனுமதித்தல், ஏற்கனவே இருக்கும் நோய்க்கான காப்பீடு மற்றும் அதிக காப்பீட்டுத் தொகை வாழ்நாள் முழுவதும் புதுப்பித்தல் உத்தரவாதத்துடன்.

வெளிநோயாளர் பராமரிப்பு:

OPD காப்பீடு என்பது உடல்நலக் காப்பீட்டைக் குறிக்கிறது இது வெளிநோயாளர் சிகிச்சைக்கான செலவை செலுத்துகிறது. அது சுகாதார காப்பீடு வழங்குநரால் காப்பீடு செய்யப்படுவதை உறுதி செய்கிறது. காப்பீடு செய்யப்பட்டவரின் மருத்துவ செலவுகள் மருத்துவமனையில் சேர்க்காமல்.

மருத்துவமனை பணக் காப்பீட்டுக் கொள்கை:

மருத்துவமனை பணக் காப்பீடு என்பது ஒரு காப்பீடு ஒவ்வொருவருக்கும் ஒரு நிலையான காப்பீட்டுத் தொகையை

வழங்கும் பாலிசி 24 மணி நேரத்திற்கும் மேலாக மருத்துவமனையில் அனுமதிக்கப்பட்ட நாள். இதுக்கு செலுத்தப்படும் ஒரு நிலையான தினசரி கொடுப்பனவு பாலிசிதாரர் இதர செலவுகளைச் சந்திக்க வேண்டும் மருத்துவமனையில் அனுமதிக்கப்பட்ட காலத்தில்.

இதய பராமரிப்பு:

கார்டியாக் கேர் திட்டம் காப்பீடு வழங்கும் வகையில் வடிவமைக்கப்பட்டுள்ளது ஏற்கனவே கண்டறியப்பட்ட இதய சிக்கல்களுக்கு. இது கவரேஜ் பெற தனிநபர்களுக்கு திட்டம் வழங்கப்படுகிறது இருதய அல்லது இதயம் அல்லாத சிகிச்சைகள் தொடர்பான அவர்களின் மருத்துவ செலவுகள். நட்சத்திர ஆரோக்கியத்தின் இதய பராமரிப்பு திட்டம்:

கண்டறியப்பட்ட நபர்களுக்கான சுகாதார காப்பீடு இதய நோய்கள். கார்டியாக் கேர்-பிளாட்டினம் கவர்கள் 7 வயதுக்கும் 70 வயதுக்கும் இடைப்பட்ட நபர்கள் ஏ 15 லட்சம் வரையிலான காப்பீடு தொகை. செலவை ஈடுகட்டுகிறது. பாலிசி தொடங்கப்பட்ட 30 நாட்களுக்குப் பிறகு இருதய மற்றும் இதயம் அல்லாத நிலைகளுக்காக மருத்துவமனையில் அனுமதிக்கப்பட்டதால் ஏற்படும்.

விபத்துகளுக்கான காத்திருப்பு காலம் இல்லை, 24 மாதங்கள் பெயரிடப்பட்ட நோய்கள் மற்றும் இதய மாற்று மற்றும் 48 ஏற்கனவே இருக்கும் பிற நோய்களுக்கான மாதங்கள்.

புற்றுநோய் சிகிச்சை:

கண்டறியப்பட்ட தனிநபர்களுக்கான சுகாதார காப்பீடு மற்றும் புற்றுநோயுடன் உயிர்வாழ்கிறது. வயதான நபர்களை உள்ளடக்கியது 5 மாதங்கள் முதல் 65 ஆண்டுகள் வரை காப்பீட்டுத் தொகையுடன் 10 லட்சம் வரை. மருத்துவமனையில் அனுமதிக்கப்பட்டதால் ஏற்படும் செலவுகளை ஈடுகட்டுகிறது புற்றுநோய் மற்றும் புற்றுநோய் அல்லாத நோய்கள் பொருந்தக்கூடிய காத்திருப்பு காலங்கள். காத்திருக்கும் காலம் இல்லை விபத்துக்கள், புற்றுநோய் அல்லாத சிகிச்சைக்கு 30 நாட்கள், 12 ஹாஸ்பிஸ் கவனிப்புக்கு மாதங்கள், சிகிச்சைக்கு 30 மாதங்கள் புற்றுநோய் மற்றும் ஏற்கனவே இருக்கும் நோய்கள்.

டாப்-அப் திட்டங்கள்:

டாப்-அப் ஹெல்த் இன்சூரன்ஸ் திட்டம் என்பது ஒரு இழப்பீடு கூடுதல் மருத்துவக் காப்பீட்டை வழங்கும் கொள்கை ஏற்கனவே உள்ள சுகாதார காப்பீட்டுக் கொள்கை உள்ளவர்கள் அல்லது ஒரு முதலாளி மருத்துவ உரிமை கொள்கை. இது மக்களை அனுமதிக்கிறது அவர்கள் இருந்தாலும் அவர்களின் மருத்துவச் செலவுகள் கிடைக்கும் அவர்களின் வழக்கமான காப்பீட்டுத் தொகை தீர்ந்து விட்டது சுகாதார காப்பீட்டுக் கொள்கை.

ஆரோக்கிய ஆதாயம்:

இந்தத் திட்டம் தனிநபர் மற்றும் குடும்பம் ஆகிய இரண்டையும் உள்ளடக்கியது உள்நோயாளி மற்றும் வெளிநோயாளி சிகிச்சை ஆகிய இரண்டிற்கும் பாதுகாப்பு.

ஸ்டார் ஹெல்த் ஆதாய காப்பீடு ஒரு முழுமையான ஆரோக்கியம் உள்ளடக்கிய குடும்பத்திற்கான காப்பீட்டுக் கொள்கை ஏதேனும் ஒரு நபரால் ஏற்படும் மருத்துவ செலவுகள் நோய் அல்லது காயம். பொருட்படுத்தாமல் ஒரு தட்டையான பிரீமியம் உள்ளது காப்பீடு செய்யப்பட்ட தொகை அல்லது நபர்களின் வயது அல்லது எண் மூடப்பட்ட நபர்கள். எனவே அதிகபட்ச எண்ணிக்கை இதன் கீழ் உள்ளவர்கள்மிகவும்பயனடைவார்கள்திட்டம். வரிசேமிப்பவர்களுக்கு இது சிறந்த திட்டம்.

சிறப்பு பராமரிப்பு திட்டம்:

3 வயது முதல் *25* வயது வரை உள்ள எந்த குழந்தையும் ஆட்டிசம் ஸ்பெக்ட்ரம் கோளாறு இருப்பது கண்டறியப்படலாம் மூடப்பட்ட. சில சுகாதார காப்பீட்டு நிறுவனங்களும் இந்த திட்டத்தில் ஆட்டிசம் குழந்தைகளை உள்ளடக்கவும்.

தனிப்பட்ட விபத்து திட்டம்:

தனிப்பட்ட விபத்துக் கொள்கை என்பது ஒரு வகையான காப்பீடு ஆகும் மரணத்திற்கு எதிரான பாதுகாப்பை உங்களுக்கு வழங்கும் கொள்கை அல்லது விபத்து காரணமாக ஏற்படும் இயலாமை. ஒரு

வேளை விபத்து காரணமாக இறப்பு/இயலாமை, பாலிசி செலுத்துகிறது நாமினிக்கு ஒரு மொத்த தொகை பாலிசிதாரர்.

வெளிநாட்டு மருத்துவத் திட்டம்:

பெயர் குறிப்பிடுவது போல, வெளிநாட்டு மருத்துவ உரிமை கொள்கை இது ஒரு உடல்நலக் காப்பீட்டுக் கொள்கையாகும் மருத்துவமனையில் சேர்க்கும் செலவினங்களின் அபாயத்திற்கு எதிராக வெளிநாடு. இந்த பாலிசி மருத்துவத்தை உள்ளடக்கியது காப்பீடு செய்தவர் இந்தியாவிற்கு வெளியே இருக்கும்போது செலவுகள். அது உள்நோயாளியாக மருத்துவ செலவுகளை உள்ளடக்கியது வெளிநோயாளியாக, சில மருத்துவம் அல்லாத இழப்புகளையும் உள்ளடக்கியது பாஸ்போர்ட் இழப்பு, பைகள் இழப்பு அல்லது விமானம் தாமதம் போன்றவை. மேற்கண்ட திட்டங்களைத் தவிர பல நிறுவனங்களும் உள்ளன இந்தியர்களின் தேவைக்காக சுகாதார காப்பீட்டு திட்டங்களை வடிவமைத்தல் சமூகம்.

குழு சுகாதார காப்பீடு:

குரூப் ஹெல்த் இன்சூரன்ஸ் என்பது ஒரு வகை ஆரோக்கியம் ஒரு குழுவினருக்கான காப்பீட்டுத் திட்டம் ஒரே அமைப்பின் கீழ் பணிபுரிபவர்கள். குழு சுகாதாரக் கொள்கையில் வழங்கப்படும் நன்மைகள் அனைவருக்கும் சமம். இந்த குழு கொள்கை பொதுவாக மட்டுமல்ல ஊழியர்களை உள்ளடக்கியது ஆனால் பாதுகாக்கிறது ஊழியர்களின் குடும்ப உறுப்பினர்கள் மற்றும் அவர்களின் பெற்றோர் மற்றும் பெற்றோர் மாமியார். குழு காப்பீட்டின் குறிப்பிடத்தக்க நன்மைகள் கொள்கை உள்ளடக்கியது, குறைவான தனிப்பயனாக்கப்பட்ட திட்டங்கள் பிரீமியங்கள். சிறந்த பணியாளர் தக்கவைப்பு மற்றும் திறமை கையகப்படுத்தல்.

முன்னணி தலைமுறை

முன்னணி தலைமுறை என்பது ஆர்வத்தைப் பெறுவதற்கான செயல்முறையாகும் எதிர்காலத்தை அதிகரிப்பதற்காக சாத்தியமான வாடிக்கையாளர்களின் விற்பனை. இது பலரின் விற்பனை செயல்முறையின் முக்கிய பகுதியாகும் நிறுவனங்கள். ஒரு முன்னணி என்பது காட்டிய எவரும் ஒரு நிறுவனத்தின் தயாரிப்புகள் அல்லது சேவைகளில் ஆர்வம் ஆனால் வாங்குவதற்கு இன்னும் தகுதி பெறாமல் இருக்கலாம். ஒரு சுகாதார காப்பீட்டு ஆலோசகராக உங்களிடம் இரண்டு குழுக்கள் உள்ளன.

மக்களில் இரண்டு குழுக்கள் உள்ளன-

1. ***உங்களுக்குத் தெரிந்தவர்களின் எண்ணிக்கை -140***
2. ***தெரியாத நபர்களின் எண்ணிக்கை 140 கோடி***

எந்தக் குழுவிற்கு வாய்ப்புகள் குறைவு? குழு -1

எந்த குழு விரைவில் தீர்ந்துவிடும்? குழு -1

எந்தக் குழு குறைவான வெற்றியைக் கொண்டுள்ளது? குழு -1

எந்தக் குழு சார்புடையதாக ஆக்குகிறது? குழு -1

வாழ்க்கையில் தோல்வியை சந்திக்கும் குழு எது? குழு-1

எந்த குழு சார்ந்திருக்க கற்றுக்கொடுக்கிறது? குழு-1

உங்களை உருவாக்குவதற்கான உத்தரவாதமான வழி அல்லவா தோல்வி!

உங்களை உருவாக்குவதற்கான உத்தரவாதமான வழி அல்லவா தோல்வி!

உங்களை உருவாக்குவதற்கான உத்தரவாதமான வழி அல்லவா தோல்வி!

தெரியாதவர்களைச் சென்று சந்திக்கவும்.

- இது உங்கள் தெரிந்தவர்களின் பட்டியல் என்பதால் முடியும்
- அதிகபட்சம் 200 முதல் 500 பெயர்கள்.
- தொடக்கத்தில் நீங்கள் அவர்களைப் பார்வையிட்டால் சில கொள்கைகளை மூட வேண்டும், ஆனால் உங்கள் பட்டியல் விரைவில் அல்லது பின்னர் தீர்ந்துவிடும்.
- நீங்கள் யாரையும் சந்திக்கத் தகுதியற்றவராக ஆகிவிடுவீர்கள் உங்கள் ஆரம்ப பட்டியலுக்குப் பிறகு தெரியாத பிற நபர்கள்.
- மேலும் நீங்கள் அழைப்பு தயக்கத்தை உருவாக்குவீர்கள்.
- உங்களுக்குத் தெரிந்தவர்களால் நீங்கள் நிராகரிக்கப்பட்டால்.

தோல்விக்கு உத்தரவாதமான வழி விற்பதற்கான உத்தரவாத வழி:

எந்த குழு, நீங்கள் இலக்கு வைக்க கற்றுக்கொள்ள வேண்டும்?

குழு எண்.2

எந்த குழுவிற்கு அதிக வாய்ப்பு உள்ளது? குழு எண்.2

எந்த குழு ஒருபோதும் சோர்வடையாது? குழு எண்.2

எந்த குழுவில் அதிக வெற்றிகரமான நபர்கள் உள்ளனர்?

குழு எண்.2

எந்த குழு உங்களை வெற்றிபெறச் செய்யும்?

குழு எண்.2

எந்தக் குழு உங்களை வாழ்க்கையில் வெற்றிபெறச் செய்யும்?

குழு எண்.2

எனவே ஒரு பட்டியலை உருவாக்குவதற்கான அடிப்படை யோசனை மக்களை அறிவது மற்றும் அவர்களை சந்திப்பது ஆபத்தானது பயமுறுத்தும். மக்கள் எவ்வளவு காலமாக இருக்கிறார்கள் என்று கற்பனை செய்து பாருங்கள்

இந்த சிந்தனை செயல்முறை விஷம்.

நீங்கள் விற்க போதுமான திறன்களை வளர்த்துக் கொள்ள முடியுமா என்பதை நினைவில் கொள்ளுங்கள் நீங்கள் குழு 2 (தெரியாத நபர்கள்) இருந்து காப்பீடு செய்யலாம் மிகவும் நன்றாக அதே பொருந்தும் மற்றும் குழு 1 விற்க. ஆனால் குழு 1ல் இருந்து காப்பீட்டை விற்கும் திறன்களை வளர்த்துக் கொண்டால் (தெரிந்தவர்கள்) நீங்கள் அதையே விண்ணப்பித்து விற்க முடியாது குழு 2 க்கு (தெரியாத நபர்கள்) இந்த அறியப்பட்ட வட்டத்தை சார்ந்து (இயற்கை சந்தை) வாழ்நாள் முழுவதும் உங்களை திறமையற்றவர்களாக ஆக்குகிறது. தெரியாதவர்கள் செய்யும் ஒரு முன்னுதாரணத்தை உருவாக்காதீர்கள் தயாராக இல்லை உங்களிடமிருந்து காப்பீடு வாங்குவதை கருத்தில் கொள்ள வேண்டும் அவர்கள் உன்னை அறியவில்லை.

நீங்களும் உங்கள் குழுவும் இருந்தால் அந்த மனநிலையை வளர்த்துக் கொள்ளுங்கள் உறுப்பினர்கள் தெரியாத நபர்களை அணுகலாம் மற்றும் இந்த வணிகத்திற்காக அவர்களை சமாதானப்படுத்துங்கள், பிறகு நீங்கள் உருவாக்கலாம் வேகமாக வியாபாரம் செய்து வெற்றியை வேகமாக அடையுங்கள். தெரியாதவர்களை சந்திக்கும் திறமையை வளர்த்துக் கொண்டால் ஆரம்பத்திலிருந்தே காப்பீட்டை அவர்களுக்கு விற்கவும். பின்னர், நீங்கள் அதிகமாக விற்கும் நிலையில் இருப்பீர்கள் மேலும் தொடர்ந்து. தெரிந்தவர்களை சந்தித்து அவர்களை விற்க முயல்வது உடல்நலக் காப்பீடு என்பது தோல்விக்கான உத்தரவாதமான வழியாகும் காப்பீட்டு தொழில் ஒரு வாய்ப்பு தளத்தை உருவாக்கும் செயல்முறை அறியப்படுகிறது.

முன்னணி தலைமுறையாக:

லீட் ஜெனரேஷன் செய்வதற்கான 17 விதிகள்

1. உங்கள் ஆடைக் குறியீட்டை மாற்றவும்
2. சுத்தமாக ஷேவ் செய்யப்பட்ட டையுடன் சூட் அணியவும்
3. தெரியாத இடத்திற்குச் செல்லவும்
4. ஒவ்வொரு கதவையும் ஒரு ஸ்கிரிப்ட் மற்றும் காட்சி மூலம் தட்டவும் - நோய்க்கான காரணம் மற்றும் செலவு
5. சந்திப்பை சரிசெய்யவும்
6. கல்விக்காக மீண்டும் வருகை

7. சுருக்கமாக கல்வி கற்பது
8. உங்கள் கவனிப்பைக் கவனியுங்கள்
9. பிறகு என்ன செய்வது?
10. அவர்களுக்கு நன்றி கூறிவிட்டு கிளம்புங்கள்
11. வாய்ப்புகள் விரும்பினால் நீங்கள் என்ன செய்வீர்கள் ஏதாவது வாங்க?
12. நீங்கள் விற்க வேண்டாம். யாரிடமாவது வாங்கும்படி அவருக்கு அறிவுரை கூறுங்கள் வேறு (மனநிலை)
13. அல்லது நீங்கள் அவரை மீண்டும் ஒரு நாள் சந்திப்பீர்கள் என்று சொல்லுங்கள் விற்பனை நிகழ்ச்சி நிரலுடன்
14. அவர் இருந்தால், உங்கள் முன்னணி பட்டியலில் பெயரைச் சேர்க்கவும் எங்கள் எதிர்பார்ப்பு அளவுகோல்களின் கீழ் தகுதி பெற்றது
15. 1000 பேருடன் செய்யுங்கள்
16. உங்களுக்கு 1000 வாய்ப்புகள் இருந்தால், நீங்கள் சரிசெய்யலாம்
17. அவர்களுடன் சந்திப்பு மற்றும் அவர்களை சந்திக்க விற்பனை
18. ஒவ்வொரு நாளும் ஒரு மணி நேரம் கழித்து தொடர்ந்து செலவிடுங்கள் 1000 ஐ எட்டுகிறது முன்னணி தலைமுறை ஸ்கிரிப்ட்

    - நமஸ்காரம்
    - என் பெயர் ....
    - நான் ஸ்டார் ஹெல்த் இன்சூரன்ஸில் வேலை செய்கிறேன்
    - இது காரணம் மற்றும் செலவு பற்றிய விளக்கக்காட்சி
    - நோய்கள்
    - இந்த விளக்கக்காட்சியைக் காட்ட 16 நிமிடங்கள் ஆகும்

நான் நாளை அல்லது நாளைக் காட்ட வரட்டுமா? பிறகு ?

ப்ராஸ்பெக்டிங் v/s லீட் ஜெனரேஷன்

- எதிர்பார்ப்பது ஒரு வரையறுக்கப்பட்ட செயல்பாடு.
- இது அதன் தாக்கத்தை வெறும் பெயர்களின் சேகரிப்பில் மட்டுப்படுத்துகிறது

மற்றும் தொலைபேசி எண்கள். நீங்கள் அவர்களைத் தொடர்புகொள்வீர்கள் என்பதற்கு இது உத்தரவாதம் அளிக்காது.

- நீங்கள் வணிகத்தைப் பெறுவீர்கள் என்பதற்கு இது உத்தரவாதம் அளிக்காது அவர்களிடமிருந்து.
- நீங்கள் சார்ந்து இருப்பீர்கள் என்பதற்கு மட்டுமே இது உத்தரவாதம் அளிக்கிறது அவர்கள் மீது.
- நீங்கள் மிக விரைவில் வாய்ப்பு குறைவாக இருப்பீர்கள் என்பதற்கு மட்டுமே இது உத்தரவாதம் அளிக்கிறது.
- அவர்களுடன் தொடர்புகொள்வது இதில் அடங்கும்.
- இது அவர்களுக்கு கல்வி கற்பிப்பதை உள்ளடக்கியது.
- இது படத்தை உருவாக்குவதை உள்ளடக்கியது.
- இது உறவு வளர்ச்சியை உள்ளடக்கியது.

"உங்கள் வெற்றி என்பது தெரியாதவர்களை சந்திப்பதில் மட்டுமே உள்ளது மக்கள்" தொலைபேசி ஸ்கிரிப்டுகள் மற்றும் சந்திப்புகள்:

5 டெலி-அபாயின்மெண்ட்டின் அடிப்படை பகுதிகள்:

- அறிமுக உரையாடல்.
- யார் நீங்கள்.
- நீங்கள் எங்கிருந்து வருகிறீர்கள் (நிறுவனம்).
- உங்கள் அழைப்பின் நோக்கம் (நீங்கள் ஏன் அழைத்தீர்கள்)
- எதிர்பார்ப்பு மற்றும் அவரது கேள்வியைக் கேட்டல்.
- அவரது கேள்விக்கு மரியாதையுடன் பதிலளிக்கவும்
- நன்றியுணர்வு.
- முடிவு (மூடு).

தொலைபேசி செயல்திறன் பற்றிய சில முக்கியமான குறிப்புகள் முன்னேற்றம்

- ♦ ஒரு டிஜிட்டல் ரெக்கார்டரை எடுத்துக்கொண்டு உங்கள் சொந்த பேச்சைக் கேளுங்கள் குரல் மற்றும் தரநிலை.
- ♦ உங்கள் ஸ்கிரிப்டை 1000 முறை பயிற்சி செய்து ஒத்திகை பார்க்கவும்.
- ♦ வாய்ப்பு பெயரை பல முறை செய்யவும் உங்கள் உரையாடலின் போது.

- உங்கள் பேச்சு முழுவதும் நிதானமாகவும் புன்னகைக்கவும், கேளுங்கள் சுருக்கமாக.
- வாய்ப்பு உள்ளதா என்பதை மீண்டும் உறுதிப்படுத்தவும் உன்னை புரிந்துகொள்கிறாயா இல்லையா
- கையாளும் முன் அவரது ஆட்சேபனைகளுக்கு நன்றி அவர்களுக்கு
- நான் திரு. ஜக்ஜித்திடம் பேசுகிறேனா?
- காலை வணக்கம்...திரு. ஜக்ஜித்
- என் பெயர் ....

விற்பனை புள்ளிவிவரங்கள்

48% விற்பனையாளர்கள் ஒரு வாய்ப்பைப் பின்பற்ற மாட்டார்கள்

25% விற்பனையாளர்கள் இரண்டாவது தொடர்பை ஏற்படுத்தி நிறுத்துகின்றனர்

விற்பனையாளர்களில் 12% பேர் மூன்று தொடர்புகளை மட்டுமே செய்து நிறுத்துகிறார்கள்

விற்பனையாளர்களில் 10% பேர் மட்டுமே மூன்றுக்கும் மேற்பட்ட தொடர்புகளை உருவாக்குகிறார்கள்

விற்பனையில் 2% முதல் தொடர்பு மூலம் செய்யப்படுகிறது

விற்பனையில் 3% இரண்டாவது தொடர்பு மூலம் செய்யப்படுகிறது

விற்பனையில் 5% மூன்றாவது தொடர்பில் செய்யப்படுகிறது

நான்காவது தொடர்பில் 10% விற்பனை செய்யப்படுகிறது

80% விற்பனை ஐந்தாவது முதல் பன்னிரண்டாவது தொடர்பில் செய்யப்படுகிறது

Professional Selling

தொழில்முறை விற்பனை நுட்பங்கள்

விற்பனையின் படிகள்

ஒரு கட்டமைக்கப்பட்ட விற்பனை செயல்பாட்டில் 4 படிகள் உள்ளன, இது SPAC செயல்முறை என்று அழைக்கப்படுகிறது.

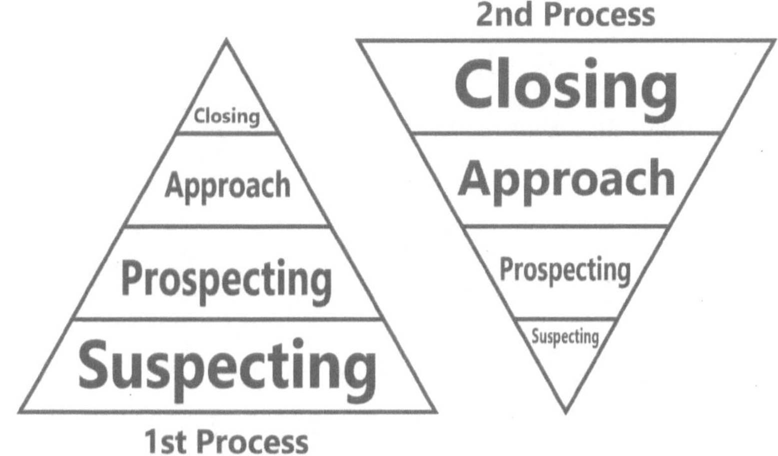

நீங்கள் இரண்டாவது செயல்முறையைப் பின்பற்றினால், அது சிறப்பாக இருக்கும் விளைவாக.

சந்தேகம்:

செயலில் இருக்க வேண்டும்

வரையறை:

சந்தேகம் என்பது பூர்வாங்க உண்மையின் இயற்பியல் செயல்முறையாகும். தனிப்பட்ட கவனிப்பின் அடிப்படையில் கண்டறிதல். போது ஒருவன் நடமாடுவதையும், சுற்றி நடப்பதையும் சந்தேகிக்கிறார் ஒருவருக்கு தெரிந்தது போல் பிரதேசம் அல்லது கட்டிட கலவைகள் இடம் மற்றும் முக்கிய தகவல்களை சேகரிக்கிறது.

சந்தேகத்தை இரண்டு வழிகளில் செய்யலாம்:

1. உடல் ரீதியாக ஒரு பகுதியில் சுற்றிச் செல்வதன் மூலம் மற்றும் போன்ற சில விஷயங்களைக் கவனித்தல் கார் எண் மற்றும் வகை, மக்கள் வகை, ற்றுச்சீரமைப்பிகளின் எண்ணிக்கை போன்றவை கவனிக்கவும் நீங்கள் தொடங்குவதற்கு முன் எதிர்பார்ப்பு அவரிடம் பேசுவது. நகர்த்துவதன் மூலம் நீங்கள் சந்தேகிக்கும்போது நினைவில் கொள்ளுங்கள்.

ஒரு பகுதியை சுற்றி:

உங்கள் கண்களையும் காதையும் திறந்து வைத்திருங்கள் நன்றாக சிரித்த முகத்தை வைத்திருங்கள்

2. **தொலைபேசியில்:** நீங்கள் இருக்கும்போது நினைவில் கொள்ளுங்கள் தொலைபேசியில் சந்தேகம்

   - தகவல்களைச் சேகரிக்க கேள்விகளைக் கேளுங்கள்

   நான் நேர்மறையான அணுகுமுறையைக் கொண்டிருக்க வேண்டும்

   - ஒருபோதும் வாதிட வேண்டாம்

   ப்ராஸ்பெக்டிற்கு முன் நீங்கள் என்ன சந்தேகிக்க வேண்டும்: உங்களுக்கும் உங்களுக்கும் இடையில் நடக்கக்கூடிய அனைத்தும் உங்கள் விற்பனை

   - ஒவ்வொரு எதிர்ப்பும்
   - ஒவ்வொரு தடையும்
   - ஒவ்வொரு பிரச்சினை
   - ஒவ்வொரு சூழ்நிலையும்
   - ஒவ்வொரு போட்டியும்
   - ஒவ்வொரு சாத்தியமும்

மற்றும் ஒரு மூலோபாயத்துடன் தயாராக இருங்கள் எதிர்பார்ப்பு:

சந்தேகப்பட்ட பிறகு முடிவு செய்த பிறகு (தொலைபேசி மூலம் அல்லது உடல் வருகை) நபர் அல்லது நிறுவனத்தால் முடியும் உங்கள் சாத்தியமான வாடிக்கையாளரால் நீங்கள் அடுத்தவருக்குச் செல்லலாம் விற்பனை செயல்முறை. இது எதிர்பார்ப்பு என்று அழைக்கப்படுகிறது.

வரையறை:

ப்ராஸ்பெக்டிங் என்பது அடையாளம் காணும் மற்றும் கண்டறிவதற்கான ஒரு செயல்முறையாகும் மேன், உங்களிடமிருந்து காப்பீட்டை யார் வாங்குவார்கள். இல் விற்பனையாளரை எதிர்பார்ப்பது நிறைய கேள்விகளைக் கேட்கிறது *M.A.N* யார் என்பதைக் கண்டறிய வாய்ப்பு உள்ளது. *MAN* என்பது பணம், அதிகாரம் கொண்ட நபர் & தேவைகள்.

பின்வரும் கேள்விகள் மற்றும் பதில்களின் வரிசை

எதிர்பார்ப்பு பற்றிய உங்கள் கருத்தை தெளிவுபடுத்துங்கள்:

1) எதிர்பார்ப்பு என்றால் என்ன?

பதில் - இது நிறைய கேள்விகளைக் கேட்கும் செயல்முறையாகும் மற்றும் தொடர்புடைய அனைத்து தகவல்களையும் சேகரித்தல்

2) யாரிடம் கேள்வி கேட்கிறீர்கள்?

பதில் - எ.கா. சந்தை அல்லது பஜாரில், குறிப்பிடும் நபர், வாய்ப்பு அலுவலகத்திற்கு இருக்கலாம் பணியாளர், கேட் கீப்பர், காவலாளி, ஓட்டுனர், மனைவி, சகோதரர், மற்றும் உங்களுக்கு உதவக்கூடிய எவருக்கும்.

3) நீங்கள் ஏன் கேள்விகளைக் கேட்கிறீர்கள்?

பதில் - *M.A.N.* யார் என்பதைக் கண்டறிய

4) எம்.ஏ.என் யார்?

பதில் - பணம், அதிகாரம் மற்றும் தேவை உள்ள ஒருவர்.

5) மனிதனை அடையாளம் காண்பது ஏன் முக்கியம்?

பதில் - ஏனெனில் நீங்கள் விளக்கக்காட்சியை வழங்கலாம் முடிவெடுக்க முடியாத தவறான நபர்களுக்கு வாங்குதல் மற்றும் பின்தொடர்தல் இல்லாமல் ஏதேனும் முடிவுகள். இது உங்கள் நேரத்தை மட்டும் வீணாக்காது படிப்படியாக உங்கள் ஆற்றலையும் உற்சாகத்தையும் இழப்பீர்கள்.

6) எதிர்பார்ப்பு எப்போது முடிந்தது?

பதில்- நீங்கள் ஒரு மனிதன் சந்திப்பைப் பெற்றவுடன். நீங்கள் எதிர்பார்க்கும் போது நினைவில் கொள்ளுங்கள் உங்கள் சந்தேக நபரின் துல்லியமான தகவலைப் பெறுங்கள். உங்கள் சந்தேக நபரின் சூழ்நிலையை அடையாளம் காணவும். உங்கள் சந்தேக நபரின் நிதி நிலையை தீர்மானிக்கவும். நெருங்கி வாய்ப்புடன் நேருக்கு நேர் நெருங்கி வரும் நான்கு படிகள். ஒரு கூட்டத்தை சரிசெய்தல்

- பகுப்பாய்வு தேவை
- ஒரு பின்தொடர்தல் கடிதம் அனுப்புதல்
- வாய்ப்பை மூடுதல்.

(பிக்ஸிங்கின் மிகவும் தொழில்முறை அறிமுகம் சந்தித்தல்) கூட்டத்தை சரிசெய்வதில் நான்கு கூறுகள்:

a. சந்திப்பு தேதி மற்றும் நேரம்
b. சந்திப்பின் நோக்கம்
c. சந்திப்பின் நன்மைகள்
d. கவனித்து நடவடிக்கை எடுக்க வேண்டும்

A. சந்திப்பின் தேதி மற்றும் நேரம்:

இது எளிமையானது, நீங்கள் அதைக் குறிப்பிட வேண்டும்.

- *l* இது உங்களைப் போலவே உங்கள் தொழில்முறையையும் அதிகரிக்கிறது சரியான நேரத்தில் அடையும் திறன் வேண்டும்.

B. சந்திப்பின் நோக்கம்/ நோக்கம்:

- சந்திப்பில் இது மிக முக்கியமான விஷயம் அறிவிப்பு கருத்து. அவரை சந்திப்பை புரிந்து கொள்ள வேண்டும்.
- நீங்கள் ஒன்றை மட்டும் எழுதும் நிலையில் இருக்க வேண்டும் அல்லது சந்திப்பின் இரண்டு விஷயங்கள்.
- பின்வருவனவற்றிலிருந்து ஒன்று அல்லது இரண்டு முன்மொழிவுகளைத் தேர்ந்தெடுக்கவும் அல்லது உங்கள் சொந்த பதிப்பையும் சேர்க்கலாம்.

  சுகாதார காப்பீடு திட்டமிடல்
  பாதுகாப்பு திட்டமிடல்
  சேமிப்பு பிரிவு *80D* இன் கீழ் வரி திட்டமிடல்.

C. ஒரு நபருக்கு நன்மைகள்:

இங்குதான் நீங்கள் குறிப்பிட வேண்டிய நிலையில் இருக்க வேண்டும். அவரது நன்மைகள் அவருக்கு. நன்மைகள் இருக்க வேண்டும் சந்திப்பு தொடர்பாக, நீங்கள் பலன்களை கொடுக்க முடியும் புல்லட் புள்ளிகளில் நீங்கள் நினைவில் கொள்ள அனுமதிக்கிறது சுட்டிக்காட்டி சரியான விளக்கத்தை முன் வைக்கவும் நபர் வாய்மொழியாக.

D. எடுக்க வேண்டிய நடவடிக்கை:

இது கூட்டத்தின் கடைசி பகுதி. உன்னில் எங்கே உங்களால் முடிந்த ஒன்று அல்லது இரண்டு புல்லட் புள்ளிகளைக் குறிப்பிடுவார் விற்பனையின் அடுத்த கட்டத்திற்கு செல்ல பயன்படுத்தவும்.

(உங்கள் லெட்டர் ஹெட்டில்)

திரு. சம்பிப் தாஸ்

நியமனம் தேதி -	*24 டிசம்பர் 2021*
சந்திப்பு நேரம் -	*மாலை 5 மணி*
விவாத நிகழ்ச்சி நிரல் -	*குடும்ப சுகாதார காப்பீடு பற்றி.*
திரு சம்பிப் தாஸுக்கு நன்மைகள்	*அவசர மருத்துவமனையில் அனுமதிக்கப்படும் நிதியை பூர்த்தி செய்ய தேவை.*
காலம் -	*35 நிமிடங்கள் (சரிசெய்த பிறகு ஆய்வுக்கு அனுப்பப்பட வேண்டும் a சந்தித்தல்)*
எடுக்க வேண்டிய நடவடிக்கை -	*செயல் விளக்கத்தைக் காட்டு பதிவேட்டில் 16 கேள்விகளுக்கு பதில் எழுதினார்.*

பகுப்பாய்வு தேவை

(இந்த விற்பனை செயல்முறை முன் நேருக்கு நேர் செய்யப்படுகிறது வாய்ப்புகள் முதல் வணிக சந்திப்பு என்று அழைக்கப்படுகிறது)

மருத்துவரின் விற்பனை அணுகுமுறை:

- **பரீட்சை**
- **நோய் கண்டறிதல்**
- **மருந்துச்சீட்டு**

ஒவ்வொரு ஆலோசகரும் இதே முறையைப் பின்பற்ற வேண்டும். பெரும்பாலானவை ஆலோசகர்கள் நேரடியாக தேர்வுக்கு முன் பரிந்துரைக்கின்றனர் கண்டறிதல்.

ஆலோசகர்கள் குறைந்தபட்சம் 12-16 பதில்களைப் பெற வேண்டும் ஒரு தீர்வை முன்மொழிவதற்கு முன் கேள்விகள் மற்றும் ஒரு திட்டம் அல்லது சுகாதார காப்பீட்டை பரிந்துரைக்கிறது.

பதில்கள் பதிவேட்டில் எழுதப்பட்டிருக்க வேண்டும். 400 முதல் 600 வரை வைத்திருக்க பரிந்துரைக்கப்படுகிறது நீங்கள் இருக்கும் போது இந்த நோக்கத்திற்காக பதிவுசெய்யப்பட்ட பக்கங்கள் முதல் சந்திப்பில் எதிர்பார்ப்புடன் அமைத்தல்.

கேள்விகள் பிரிவுகளாக பிரிக்கப்பட்டுள்ளன:

குடும்பம் பற்றி சுகாதார நிலை பற்றி

குடும்பம்:

கேள்விகள் எண்ணிக்கையைப் புரிந்துகொள்வது கவரேஜுக்கு குடும்ப உறுப்பினர்கள் தேவை. அவர்களது பெயர்கள் மற்றும் வயது?

சுகாதார நிலை:

அனைத்து குடும்பங்களின் தற்போதைய சுகாதார நிலை பற்றிய கேள்விகள் உறுப்பினர்கள். எந்தவொரு குடும்ப உறுப்பினருக்கும் ஏதேனும் இருந்தால் மருத்துவமனையில் அனுமதிக்கப்பட்ட அல்லது எந்த வகையிலும் எடுத்துக்கொண்ட முந்தைய வரலாறு தற்போது மருத்துவம்.

[கொள்கையை நிறுவுவதற்கு முன் ஒருபோதும் பேச வேண்டாம் மதிப்பு]

சந்திப்பின் 24 மணி நேரத்திற்குள் பின்தொடர்தல் கடிதத்தை அனுப்பவும்

உங்கள் கடிதத் தலையுடன். செய்ய

திரு. சம்பிப் தாஸ்

முகவரி – டூப்ளக்ஸ் எண்- 2 மெட்ரோ வீடு,

நயபல்லி, புவனேஸ்வர் - 751012

(14.12.2021 அன்று நடந்த சந்திப்பின் துணை நிமிடங்கள்)

அன்புள்ள ஐயா,

இது டிசம்பர் 14 அன்று எங்கள் சந்திப்பின் குறிப்பு 2021 மாலை 5 மணிக்கு உங்கள் இல்லத்தில். பின்வருபவை எங்கள் விவாதத்தில் நாங்கள் உள்ளடக்கிய தலைப்புகள்.

உங்கள் குடும்பம் ____________உறுப்பினர்களைக் கொண்டுள்ளது

உங்கள் குடும்ப உறுப்பினர்கள் பின்வரும் வயதை சேர்ந்தவர்கள்

Xxxxxxxxxxxxxxxxxxxx (உங்கள் மூத்த மகன்)____________ஆண்டுகள்,

Xxxxxxxxxxxxxx (உங்கள் மூத்த மகள்)____________ஆண்டுகள்,

Xxxxxxxxxxxxxxxxx மேடம் (உங்கள் மனைவி)____________ஆண்டுகள்,

நீங்களே – வருடங்கள் ____________

உங்களின் மொத்த மாத வருமானம் குறித்து நாங்கள் விவாதித்தோம் ஒரு மாதத்திற்கு. உங்கள் மொத்த செலவு இருக்கிறது……………………

FD/SIP/காப்பீட்டுக் கொள்கைகளில் உங்கள் சேமிப்பு.

நீங்கள் சொந்தத்தில் வாழ்கிறீர்கள் என்பதையும் நாங்கள் புரிந்து கொண்டோம் வீடு. உங்கள் குடும்பத்தில் இருப்பதை நாங்கள் கண்டுபிடித்துள்ளோம் கூடுதல் வருமானம் இல்லை.

10 நிலத்திற்கான உங்கள் கடனை நாங்கள் ண்டுபிடித்துள்ளோம் லட்சம். உங்களின் எதிர்காலத் திட்டத்தை நாங்கள் தேடினோம் குடும்பத்தின் சுகாதார காப்பீடு, அனைத்தையும் எடுத்துக்கொள்வதன் மூலம் ஏதேனும் அவசரநிலை ஏற்பட்டால் மேலே கருத்தில் கொள்ள வேண்டும் இந்த சூழ்நிலையில் நீங்கள் மருத்துவமனையில் சேர்க்கலாம் நீங்கள் சேமித்து வைத்திருக்கும் உங்கள் சேமிப்பைப் பயன்படுத்துங்கள் குறிப்பிட்ட நோக்கம் அல்லது நீங்கள் சில கடன்களை எடுக்கலாம்.

நேற்று மாலை 5.45 மணியளவில் எங்களின் சந்திப்பு நிறைவு பெற்றது. என்பதை புரிந்து கொண்டு, கீழே கையெழுத்திட்ட நான் பிரத்யேக சுகாதார காப்பீட்டுத் திட்டத்தைத் தயாரிக்கவும் உங்கள் குடும்பம். இந்த உள்ளடக்கத்தில் நான் எனது வழிகாட்டி/குரு திரு. இந்த வரிசையில் மனோரஞ்சன் தாஸ் ஸ்பெஷலிஸ்ட், நமது சீனியர். சிறந்த சுகாதார காப்பீட்டு திட்டத்திற்கான கிளை மேலாளர் உங்கள் குடும்பத்திற்காக.

முழுமையுடன் உங்களை நேரில் சந்திப்பேன் 18 அன்று உங்கள் குடும்பத்தின் உடல்நலக் காப்பீட்டிற்கான முன்மொழிவு உங்கள் இல்லத்தில் டிச கூட்டத்தின் நிகழ்ச்சி நிரலாக இருக்கும்.

1. திட்டம் மற்றும் முன்மொழிவுக்கு ஒப்புதல் பெறவும்
2. அதையே இறுதி செய்தல்
3. பிரீமியம் காசோலை சேகரிப்பு ரூ. …………………… ஸ்டார் ஹெல்த் மற்றும் அதனுடன் இணைந்த காப்பீட்டின் காய்ச்சல் கோ. லிமிடெட்
4. சிலவற்றை எடுத்துக்கொள்வது போன்ற மற்ற சம்பிரதாயங்களை முடித்தல் தேவையான ஆவணங்கள்.

கீழே கையொப்பமிட்ட நான் தொடர்ந்து வேலை செய்வேன் இந்த 2 நாட்களில்உங்கள்குடும்பத்திற்காகமட்டுமேசிலவற்றுடன்சுகாதார காப்பீடு திட்டமிடல் நிபுணர்கள், நீங்கள் வழங்கிய விவரங்களின் அடிப்படையில் இந்த கடிதத்தில் மேலே குறிப்பிடப்பட்டுள்ளது. எந்த வகைக்கும் மாற்றம் தயவுசெய்து என்னை அழைக்க தயங்க வேண்டாம் மொபைல் எண்- 0000000000

உங்களுக்கு நிலுவையில் உள்ளதை வழங்குவதற்கான உறுதியுடன் உடல்நலக் காப்பீட்டுத் திட்டம்.

அன்புடன்.

நான் இருக்கேன்.
ஜானகி பாலப சேனாபதி

____

(உங்கள் பெயர் மற்றும் அடையாளம்.)

காப்பீட்டு விற்பனை என்பது இரண்டு முறை பார்வையிடும் செயல்முறையாகும்

அதிகமாக இல்லை

குறைவாக இல்லை

- *மற்ற அனைத்தையும் அடைய வேண்டும்*
- *விற்பனைக்கு முன் அல்லது விற்பனைக்குப் பிறகு செய்யப்படும்*
- *வாடிக்கையாளரை மறக்க தைரியம்*
- *உங்கள் தொழிலை திட்டமிட்டபடி கட்டமைக்க வேண்டும் இனி ஒரு வருடத்திற்குள் நீங்கள் இருக்கும் விதம் ஒவ்வொரு விற்பனையையும் 2 வருகைகளுடன் முடிக்கக்கூடிய நிலையில் உள்ளது.*
- *உடல்நலக் காப்பீட்டு முகவராக உங்கள் வெற்றி*
- *புதிய வாய்ப்புகளை சந்திக்கும் உங்கள் திறனைப் பொறுத்தது.*
- *புதிய வாய்ப்புகளை நீங்கள் தொடர்ந்து சந்திக்க முடியும்நீங்கள் பின்தொடர்வதை நிறுத்துங்கள் நான் வாடிக்கையாளரை மறந்துவிட்டேன் நான் பின்தொடர வேண்டாம்*
- *உங்கள் கண்ணியத்தை இழக்காதீர்கள்*

சரியான வகையான கேள்வியைக் கேட்பது அழைப்பைத் திறக்க

> ***"நீங்கள் கேள்வி கேட்கவில்லை என்றால், நீங்கள் பதிலைப் பெறவில்லை"***

நீங்கள் ஏன் கேள்வி கேட்கிறீர்கள்:

- *காப்பீடு என்பது ஒரு மன விளையாட்டு.*
- *வாய்ப்புகள் மனதில் என்ன இருக்கிறது என்பதை அறிய.*
- *விற்பனை செயல்முறைக்குள் வாய்ப்புகளை கொண்டு வர.*
- *சந்தேகப்படுதல் மற்றும் எதிர்பார்ப்பது பற்றி தெளிவு.*
- *ஆட்சேபனையைத் தடுக்க.*
- *வாய்ப்புகளுக்கு மதிப்பு கொடுக்க.*
- *வாடிக்கையாளரின் மனதைத் திறக்கவும்.*
- *தொழில் ரீதியாக அழைப்பைத் திறக்க.*
- *எனது விஷயத்தை விவாதத்தின் தலைப்பாக உருவாக்க.*
- *உங்கள் மீது ஈர்ப்பை ஏற்படுத்த.*
- *உங்கள் வேலையை மதிப்புமிக்கதாக மாற்ற.*
- *தனது குடும்பத்தின் பாதுகாப்பைப் பற்றி சிந்திக்க வேண்டும்*
- *அவனது எதிர்கால விளைவுகளைப் பற்றி சிந்திக்க.*
- *நீங்கள் கேள்வி கேட்கவில்லை என்றால் நீங்கள் பெற முடியாது பதில்*

கேள்வி கேட்கும் திறமை:

- *60 முதல் 90 வினாடிகள் சிறிய பேச்சுகள் ஒரு அழைப்பைத் திறக்கும்*
- *ஒவ்வொருவருக்கும் 10 நிமிடங்கள் அல்லது 20 நிமிடங்கள் உள்ளன*
- *நீங்கள் கேள்வி கேட்கும் போது புன்னகையுடன் இருங்கள்*
- *அவருடைய எல்லா பதில்களையும் கேட்க ற்றுக்கொள்ளுங்கள்*
- *வாய்ப்புள்ளவர்களிடம் பல கேள்விகளைக் கேட்காதீர்கள்*

- வாய்ப்புகளுடன் வாக்குவாதம் செய்யாதீர்கள்
- சஸ்பென்ஸை கடைசியில் வைத்திருங்கள்.....

கேட்க சரியான கேள்வி:

கே *1.* அரசாங்கத்தைப் பற்றிய உங்கள் பார்வை என்ன? ஆரோக்கியம் காப்பீட்டு கொள்கைகள்?

முடிவு பதில் - உங்களுக்கு சுகாதார காப்பீடு தேவை

கே *2.* ஏதேனும் இருந்தால் முன்கூட்டியே மீட்க நீங்கள் என்ன திட்டமிட்டுள்ளீர்கள் நோயறிதல் உங்களுக்கு தவறாகுமா?

முடிவு பதில் - உங்களுக்கு சுகாதார காப்பீடு தேவை

கே *3.* உங்கள் நகரத்தில் உள்ள சிறந்த மருத்துவமனை எது

முடிவு பதில் - உங்களுக்கு சுகாதார காப்பீடு தேவை அழைப்பைத் திறக்க சரியான கேள்வியைக் கேட்பது உடல்நலக் காப்பீட்டை விரைவாக விற்பனை செய்வது எப்படி

கே *4.* உங்கள் வருமானம் நின்றால் என்ன நடக்கும் எந்த காரணத்திற்காக?

முடிவு பதில் - உங்களுக்கு சுகாதார காப்பீடு தேவை

கே *5.* உங்களிடம் எவ்வளவு உடல்நலக் காப்பீடு உள்ளது?

முடிவு பதில் - உங்களுக்கு சுகாதார காப்பீடு தேவை

கே *6.* உங்கள் குடும்ப உறுப்பினர் யாரேனும் இருந்தால் என்ன நடக்கும் மருத்துவமனையில் அனுமதிக்கப்பட்டாரா?

முடிவு பதில் - உங்களுக்கு சுகாதார காப்பீடு தேவை

கே *7.* உங்கள் மருத்துவக் கட்டணம் சென்றால் உங்கள் திட்டம் என்ன? உங்கள் சேமிப்பிற்கு மேல்?

முடிவு பதில் - உங்களுக்கு சுகாதார காப்பீடு தேவை

கே 8. நீங்கள் பார்வையிடும் உங்கள் அனுபவம் என்ன மருத்துவமனையில் அனுமதிக்கப்பட்ட நண்பர்?

முடிவு பதில் - உங்களுக்கு சுகாதார காப்பீடு தேவை

கே 9. நீங்கள் ஒரு சாலை விபத்து செய்துவிட்டீர்கள் என்று வைத்துக்கொள்வோம் உணர்வுடன் இருக்கிறார்கள். நீங்கள் எந்த மருத்துவமனைக்கு அனுப்புகிறீர்கள் உங்களை அழைத்துச் செல்ல ஆம்புலன்ஸ்?

முடிவு பதில் - உங்களுக்கு சுகாதார காப்பீடு தேவை

கே 10. உங்களுடைய மிக முக்கியமான பகுதி எது வணிக?

முடிவு பதில் - உங்கள் உடல்நலக் காப்பீடு மிக முக்கியம்

கே 11. உங்கள் வணிகம் தவறாக நடந்தால் என்ன நடக்கும்?

முடிவு பதில்- தயவு செய்து நல்ல ஆரோக்கியத்தை பராமரிக்கவும் காப்பீடு)

கே 12. மருத்துவத்திற்கு உங்கள் சேமிப்பு போதுமானதா? செலவுகள்?

முடிவு பதில் - போதுமான அளவு வைத்திருங்கள் மருத்துவ காப்பீடு

கே 13. நீங்கள் மருத்துவரீதியாக நோயறிந்தால் என்ன செய்வீர்கள் எதிர்மறை விளைவு?

முடிவு பதில்- தயவு செய்து நல்ல ஆரோக்கியத்தை பராமரிக்கவும் காப்பீடு

கே 14. உங்களுக்குத் தெரிந்த காப்பீட்டு முகவர் பரிந்துரைக்கப்படுகிறது அவசர நேரத்தில் யார் உங்களுக்கு உதவுவார்கள்?

முடிவு பதில் - தயவு செய்து நல்ல ஆரோக்கியத்தை பராமரிக்கவும் காப்பீடு

கே 15. நீங்கள் அனுமதிக்கப்பட்டால் உங்களுக்கு யார் உதவுவார்கள் உடனடியாக மருத்துவமனையில்?

முடிவு பதில் - தயவு செய்து நல்ல ஆரோக்கியத்தை பராமரிக்கவும் காப்பீடு

இரண்டு வகையான கேள்விகள் உள்ளன:

- **ஓபன் முடிந்தது**
- **முடிவடைந்தது**

வாய்ப்புள்ளவர்களிடம் எப்போதும் திறந்த கேள்வியைக் கேளுங்கள்.

இவற்றைக் கேட்கும்போது நீங்கள் அச்சமின்றி இருப்பதை உறுதிப்படுத்திக் கொள்ளுங்கள் கேள்விகள். பலவற்றைக் கொண்டு இதை அடைய முடியும் பயிற்சி. இலகுவாக எடுத்துக்கொள்ளாதீர்கள். பயிற்சியை பல செய்யுங்கள் உங்கள் சக ஊழியர்களுடன் நேரங்கள்.

“

Approach each customer with the idea of helping him or her solve a problem or achieve a goal, not of selling a product or service.

- Brian Tracy -

ஃபார்முலா டிரிபிள் ஒன்

டிரிபிள் ஒன் மிகவும் பயனுள்ள திட்டமாகும் சுகாதார காப்பீட்டு ஆலோசகர். அதை நடைமுறைப்படுத்த வேண்டும் அதிலிருந்து முடிவுகளைப் பெற மூன்று மாதங்களுக்கு தொடர்ந்து. பயிற்சி உங்களை முழுமையாக்குகிறது. அங்கு உங்களுக்கு தெரியும் உங்களுக்கான குறிப்பிட்ட வேலை கலாச்சாரம் இல்லை, அதை ஏற்றுக்கொள்ளுங்கள் சூத்திரம் 1 - 1 - 1.

இது உத்தரவாதமான வழி:

- உங்களை CMD கிளப் உறுப்பினராக்குங்கள்
- உங்களை ஆரோக்கியமாக வெற்றியடையச் செய்யுங்கள் காப்பீட்டு ஆலோசகர்
- உங்களை கீழ்ப்படிதலுள்ளவர்களாக ஆக்குங்கள்
- உன்னை நல்ல மனிதனாக ஆக்கு
- உங்களை ஒரு கிளப் உறுப்பினர் முகவராக ஆக்குங்கள்
- உங்களை ஒரு ஒழுக்கமான காப்பீட்டு விற்பனையாளராக ஆக்குங்கள்
- உங்களை முதன்மை விற்பனையாளராக ஆக்குங்கள்
- நீங்கள் அனைத்தையும் பற்றி அதீத அறிவை உருவாக்குங்கள்
- தயாரிப்புகள்
- உங்களை மிகவும் நெருக்கமாக்குங்கள்
- உங்களை ஒரு முழுமையான சுகாதார காப்பீடு செய்யுங்கள் திட்டமிடுபவர்
- உங்களை தொழில்முறை ஆலோசகராக ஆக்குங்கள்
- நீங்கள் ஆண்டுக்கு 40 லட்சம் சம்பாதிக்கலாம்
- உங்களை ஒரு வசீகரமான வாசகராக ஆக்குங்கள்
- உங்களை மரியாதைக்குரிய காப்பீட்டு ஆலோசகராக ஆக்குங்கள்
- உங்களை எடைக்குறைப்பதில் நிபுணராக்கும்
- உங்களை தொழில்நுட்ப ரீதியாக ஒலிக்கச் செய்யுங்கள்

- ஒரு வருடத்தில் *100* பாலிசிகளை விற்கச் செய்யுங்கள்
- ஒவ்வொரு நாளும் ஒரு பாலிசியை விற்கச் செய்யுங்கள்
- உங்களைப் பரிந்துரைக்கக்கூடிய முகவராக ஆக்குங்கள்
- உங்களை முழு நேரமாக்குங்கள்
- உங்களை மீண்டும் விற்பனையாளராக ஆக்குங்கள்
- போட்டியைப் பற்றி அறியச் செய்யுங்கள்
- உங்களை ஒரு சிறந்த குடும்ப மனிதராக ஆக்குங்கள்
- உங்களை ஒழுங்குமுறை காப்பீட்டு விற்பனையாளராக ஆக்குங்கள்

நீங்கள் ஒரு இலக்கை அடைந்தால் நினைவில் கொள்ளுங்கள்
பிறகு
நீங்கள் மேலே உள்ள பெரும்பாலானவற்றை அடைய முடியும்.

உடல்நலக் காப்பீட்டை விரைவாக விற்பனை செய்வது எப்படி
தொழில்நுட்ப ரீதியாக, இது அழைக்கப்படுகிறது
***5 5 5* (டிரிபிள் ஃபைவ்)**
டிரிபிள் ஐந்தின் முதல் படி டிரிபிள் ஒன் என அழைக்கப்படுகிறது
***1-1-1* (ஒன்று -ஒன்று - ஒன்று)**
ஒரு சந்திப்பு
ஒரு புதிய சந்திப்பு
ஒரு பின்தொடர்தல்
தினமும்

அதுவே உங்கள் வேலை

30 நியமனங்கள்

30 புதிய கூட்டங்கள்

30 பின்தொடர்தல்கள்

ஒவ்வொரு மாதமும்

- *(image of APJ Abdul Kalam)*
- *Caption:* அனைத்து பறவைகளும் மழையின் போது தங்குமிடம் கண்டுபிடிக்கின்றன. ஆனால் கழுகு மேகங்களுக்கு மேலே பறப்பதன் மூலம் மழையைத் தவிர்க்கிறது. சிக்கல்கள் பொதுவானவை, ஆனால் அணுகுமுறை ஒரு வித்தியாசத்தை ஏற்படுத்துகிறது.

டெலி அழைப்பு செயல்முறை

டெலிகாலிங் என்பது ஒரு வகையான விற்பனை நடவடிக்கையாகும், அங்கு நீங்கள் முதலில் உங்கள் வாடிக்கையாளரையும் அவருடைய/ அவளையும் தீர்மானிக்க வேண்டும் தேவை. இது இரண்டு நபர்களுக்கு இடையிலான தொடர்பு ஒருவரையொருவர் பார்க்க முடியாத தொலைபேசியில். அது உங்கள் வாடிக்கையாளரை அறிந்து கொள்ள நீங்கள் ஏன் கவனமாக இருக்க வேண்டும் மற்றும் எப்படி ஈர்க்க வேண்டும். உங்களால் முடிந்தால் நீங்கள் வெற்றி பெறுவீர்கள்.

வெற்றிகரமான டெலி-அழைப்புக்கான திறன்கள்:

தகவல்தொடர்பு தெளிவு:

கேட்பவரின் கவனத்தில் ஒரு நிமிடம் மட்டுமே உள்ளது, எனவே ஒவ்வொரு வார்த்தையையும் கணக்கிடுங்கள். இதில் முக்கிய கவனம் வேலை என்பது ஒருவரின் தொடர்பு திறன் மற்றும் நீங்கள் ஒலித்தால் ரோபோ, உங்களுக்கு 30 வினாடிகள் கூட கிடைக்காது உங்கள் எதிர்பார்ப்பு நேரம். நீங்கள் என்பதை நீங்கள் புரிந்துகொள்வதும் முக்கியம் ஒரு கொடுக்கப்பட்ட உங்கள் வாய்ப்பை மட்டும் அழைக்கவில்லை நாள். எத்தனை அழைப்புகள் என்று சொல்ல முடியாது நீங்கள் அழைப்பதற்கு முன் நபர் பெற்றிருக்கலாம், என்ன அவர்கள் மனநிலை அல்லது வேறு ஏதாவது இருக்கலாம். நீங்கள் உறுதியாக இருக்க வேண்டியது என்னவென்றால், நீங்கள் தெரிவிக்க வேண்டியது மற்றும் எவ்வளவு சுருக்கமாக.

தொடர்பு கட்டிடம்:

அழைப்புகள் பரிவர்த்தனைகளைப் பற்றியது மட்டுமல்ல. அதன் நீங்கள் என்று மற்றவர் உணர வைப்பது முக்கியம் கவலை மற்றும் அவர்களின் பிரச்சினைகளை தீர்க்க இங்கே உள்ளன ஒரு பொருளை விற்கவும் அல்லது ஒரு கேள்விக்கு பதிலளிக்கவும் மற்றும் முடிக்கவும்

இதனுடன். நல்லுறவை உருவாக்குவது அவசியமான ஒரு திறமையாகும் டெலிகாலர்களால் பயிரிடப்பட வேண்டும் வாடிக்கையாளர்களுடன் ஆரோக்கியமான உறவுகள் மற்றும் நம்பிக்கை மற்றும் உறவின் உறுதியான அடித்தளங்களை நிறுவுதல்.

தக்கவைத்தல் மற்றும் நினைவுபடுத்துதல்:

ஒரு டெலிமார்க்கெட்டிங் பிரதிநிதி அற்புதமானவராக இருக்க வேண்டும். அவர்கள் மறந்துவிட்டால், தகவல் தக்கவைக்கும் திறன் ஒரு வாய்ப்பு அல்லது வாடிக்கையாளர் அவர்களிடம் என்ன சொன்னார் முன்பு, அல்லது அவர்கள் சில அம்சங்களை மறந்துவிட்டால் அவர்களின் வியாபாரத்தில், அது அவர்களை மோசமாக பிரதிபலிக்கும். அதிர்ஷ்டவசமாக, இன்று செய்யும் தளங்கள் உள்ளன இந்த செயல்முறை மற்றும் பலவற்றை வழங்குவதன் மூலம் எளிதாக்குகிறது உங்களிடம் முக்கியமான தகவல்கள் உள்ளன விரல் நுனிகள். ஒருவர் டைரியில் குறிப்புகளை வைக்க வேண்டியதில்லை (மறக்க மட்டுமே) அல்லது பார்க்க எக்செல் தாள்களுக்குச் செல்லவும் ஒரு குறிப்பிட்ட முன்னணியின் தற்போதைய நிலை என்ன அல்லது வாடிக்கையாளர் ஆவார்.

தயாரிப்பு அறிவு:

நீங்கள் ஒரு முன்னணி அல்லது வாடிக்கையாளரை அழைக்கும்போது அல்லது அழைப்பைப் பெறும்போது அவர்களிடமிருந்து, நீங்கள் உங்கள் நிறுவனத்தை பிரதிநிதித்துவப்படுத்துகிறீர்கள். அந்த நேரத்தில், நீங்கள் உங்கள் நிறுவனத்தின் முகம் மற்றும் தெரியாமல் இருப்பது அல்லது பாதி அறிவை மட்டும் கொண்டிருக்கவில்லை உங்கள் தயாரிப்பு அல்லது சேவை, தொழில் போக்குகள் அல்லது மற்ற உண்மைகள் உங்களை மட்டும் மோசமாக பிரதிபலிக்கும் உங்கள் முழு நிறுவனமும். உங்களுக்கு எல்லாம் தெரியும் என்பதை உறுதிப்படுத்திக் கொள்ளுங்கள், தெரிந்துகொள்ள வேண்டியது இருக்கிறது நீங்கள் எதை விற்கிறீர்கள் என்பது பற்றி. மற்றும் தீர்க்கும். ஏனெனில் அது இல்லாமல் நீங்கள் அழைப்பைப் பெற முடியாது நம்பிக்கையுடன் அல்லது உங்களால் ஒப்பந்தங்களை மாற்ற முடியாது

திறம்படசெயலில் கேட்பது:

நீங்கள் நன்றாக இருக்க, செயலில் கேட்கும் திறன் வேண்டும் பாராட்டப்பட்ட உரையாடல் வல்லுநர். ஒரு வெற்றிகரமான டெலிமார்க்கெட்டர் அந்த நபரை குறுக்கிட மாட்டார். அவர்கள் பேசும் போது மறுமுனையில் கேட்பார்கள் அவர்கள் சொல்வதை எல்லாம் கவனத்துடன். செயலில் கேட்கும் திறன் முக்கியமானது ஏனெனில் தீர்வுகள் என்ன வாய்ப்புகளில் காணப்படுகின்றன மற்றும் வாடிக்கையாளர்கள் கூறுகின்றனர். கண்மூடித்தனமாக அவர்களை நோக்கிச் செல்வதை விட, நீங்கள் அவற்றை கவனமாகக் கேட்டால், உங்களுக்குத் தெரியும் அவர்களின் பிரச்சினைகள் என்ன மற்றும் அவர்களுக்கு பொருத்தமானதாக இருக்க வேண்டும்.

ஆட்சேபனை கையாளுதல்:

ஆட்சேபனைகளைத் தடைகளாகப் பார்ப்பதற்குப் பதிலாக, நாம் அவற்றை வாய்ப்புகளாக பார்க்க வேண்டும். என்பது உண்மை. உங்கள் எதிர்பார்ப்பு அல்லது வாடிக்கையாளர் ஆட்சேபனையை எழுப்பியுள்ளார் அவர்கள் உங்களுக்கு செவிசாய்த்ததையும் ஆர்வமாக இருப்பதையும் காட்டுகிறது உங்கள் தீர்வு பற்றி மேலும் அறிய.

உணர்வுசார் நுண்ணறிவு :

சில கோபமான அழைப்புகள் கண்டிப்பாக இருக்கும் ஒரு நாளைக்கு நீங்கள் செய்யும் அல்லது பெறும் பல அழைப்புகளில். தொலைத்தொடர்பு செய்பவர் அவர்களின் மனநிலையை கவனத்தில் கொள்ள வேண்டும் இது போன்ற சூழ்நிலைகள் மற்றும் அதே வழியில் செயல்படாது.

> **"வெற்றி என்பது இதன் கூட்டுத்தொகை சிறு முயற்சிகள், டெய்லி இன் அண்ட் டே அவுட் என்று திரும்பத் திரும்பச் சொல்லப்படுகிறது."**

"Most people think 'selling' is the
same as 'talking'. But the most
effective salespeople know that
listening is the most important
part of their job"
- Roy Bartell

நிர்ணயம் நியமனம் & ஆட்சேபனை கையாளுதல்

வணக்கம்...நான் மிஸ்டர் விஜய்யிடம் பேசலாமா

காலை வணக்கம். திரு.விஜய்

என் பெயர் ....

உங்களுக்குக் காட்ட நான் உங்களைச் சந்திக்க விரும்புகிறேன் நோய்க்கான காரணங்கள் மற்றும் செலவு பற்றிய ஆவணங்கள். திரு. விஜயா, இது பற்றிய சில தகவல்கள் மாறிவரும் வாழ்க்கை முறை, நீரிழிவு, இரத்தம் போன்ற பிறக்கும் நோய்கள் அழுத்தம் தொடர்பான.

எனவே நான் வந்து இவற்றைக் காட்ட விரும்புகிறேன் ஆவணங்கள். நான் எப்போ வருவேன் மிஸ்டர் விஜய்?

நாளை அல்லது மறுநாள்.

எதிர்ப்பு 1: *அந்த ஆவணம் என்ன?*

நன்றி திரு.விஜய்

சில நோய்களுக்கான காரணங்கள் மற்றும் செலவுகள் பற்றிய தகவல்கள் வாழ்க்கை முறை நோய்கள் மற்றும் வெவ்வேறு செலவுகள் இந்தியாவின் மருத்துவமனைகள். மொத்தம் 14 ஆவணங்கள் உள்ளன.

பொதுவாகக் காட்ட 14 நிமிடங்கள் தேவைப்படும் சுருக்கமாக. திரு. விஜய் இந்த ஆவணத்தைப் பார்ப்பது உதவும் நீங்கள் சில எதிர்பாராத மருத்துவமனையில் அனுமதிக்கப்படுவதைத் தடுக்கலாம் எதிர்காலம். எனவே நான் வந்து காண்பிக்க விரும்புகிறேன் நீ. மிஸ்டர் விஜயா, மீட்டிங் எப்ப ஓகே ஆகும்?

ஆட்சேபனை எண் 2: உங்கள் ஆர்வம் என்ன அல்லது எது நீங்கள் வேலை செய்யும் நிறுவனமா?

மீண்டும் நன்றி திரு.விஜய் நான் ஸ்டார் ஹெல்த் இன்சூரன்ஸில் வேலை செய்கிறேன், என்னுடைய வேலை இந்த வட்டாரத்தில் உள்ள ஒவ்வொரு தனி நபரையும் சந்தித்து தெரிவிக்க வேண்டும் நோய்க்கான காரணம் மற்றும் செலவு பற்றி. அதனால்தான் உங்களைச் சந்திக்க விரும்புகிறேன் மிஸ்டர் விஜய். உங்களுக்கு சரியான நேரம் எதுவாக இருக்கும்?

ஆட்சேபனை எண் 3: உங்களுக்கு எவ்வளவு நேரம் தேவை?

- *திரு.விஜய் இந்த ஆவணத்தைக் காட்டுவது அவசியம்*
- *12 முதல் 15 நிமிடங்கள்.*

அடிக்கடி தொலைபேசி ஆட்சேபனைகள் & எப்படி அவற்றைக் கையாளவும்

மிகவும் பொதுவான சில கீழே கொடுக்கப்பட்டுள்ளன நியமன்னங்களை சரிசெய்யும் போது எதிர்கொண்ட ஆட்சேபனை சாத்தியமான நியாயமான பதில்களுடன் தொலைபேசி அவற்றை கையாள.

1. **எனக்கு ஆர்வம் இல்லை**

   A. *நீங்கள் ஆர்வம் காட்டாததற்குக் காரணம் அநேகமாக இருக்கலாம் ஏனெனில் யாரும் வலி எடுக்கவில்லை நான் காட்ட வேண்டியவற்றின் அழகை விளக்குகிறேன்/ உங்களுக்கு வழங்குகின்றன. இது உங்கள் வணிகத்திற்கு பயனளிக்கும் மற்றும் உங்கள் முழு வாழ்க்கையையும் விளக்குவதற்காக இது உங்களுக்கு சரியான முறையில் மற்றும் நீங்கள் பெற ஒருமுறை ஆர்வமாக, நான் சந்திக்க விரும்புகிறேன் நீ. 4.30 சரியாக இருக்கும் அல்லது 6.00 நன்றாக இருக்கும்*

   B. *கண்டிப்பா சார். பெரும்பாலும், நான் மக்கள் என்று பார்த்திருக்கிறேன் அவர்களுக்குத் தெரியாத விஷயங்களில் ஆர்வம் இல்லை பற்றி. நான் அறிவூட்டப் போகிறேன் என்று*

உறுதியளிக்கிறேன் உங்களுக்கு விருப்பமான விஷயங்களைப் பற்றி அதைச் செய்ய நான் உங்களைச் சந்திக்க வேண்டும் நீங்கள் நாளை அல்லது நாளை விரும்புகிறீர்களா?

C. நன்றி ஐயா/மேடம். அது சரியாகத்தான் நீங்கள் என்னை சந்திக்க வேண்டும் என்பதற்கான காரணம். நான் என்ன போகிறேன் நீங்கள் மாற்றுவீர்கள் என்பதைக் காட்ட உங்கள் வாழ்க்கை/ வேலை/உடல்நலம்/ பற்றிய புரிதல் வணிகம்/வெற்றி என்றென்றும். நீங்கள் விரும்புகிறீர்களா அலுவலகத்தில் அல்லது குடியிருப்பில் சந்திக்கவும்.

D. ஐயா/மேடம் உங்கள் பதிலை நான் பாராட்டுகிறேன். நீங்கள் உங்களுக்கு எதுவும் தெரியாது என்பதால் ஆர்வமில்லை நான் காட்ட வேண்டியதைப் பற்றி. ஒருமுறை பார்த்தாலே மனம் மாறும். பார்க்க தான் சந்திப்போம் யோசனை ஒருமுறை. இல் பார்க்க விரும்புகிறீர்களா காலை அல்லது மாலை.

2. **நடுவரை எனக்கு நன்றாகத் தெரியாது**

A. பிரச்சனை இல்லை சார் ஏனென்றால் நான் என்ன போகிறேன் நாங்கள் செய்ய வேண்டியது மிகவும் முக்கியமானது என்பதை உங்களுக்குக் காட்டுங்கள் ஒருவருக்கொருவர் சந்திக்க. நாளை நன்றாக இருக்கும் அல்லது நாளாக இருக்கும் பிறகு சரியா?

3. **வருவதற்கு முன் என்னை அழைக்கவும்**

A. கண்டிப்பா சார். ஆனால் உங்களை தொந்தரவு செய்ய எனக்கு சங்கடமாக இருக்கிறது என் தொலைபேசி அழைப்புகளுடன் மீண்டும் மீண்டும் சந்திப்பை எடு, நான் தொந்தரவு செய்ய விரும்பவில்லை நீங்கள் உங்கள் பிஸியான கால அட்டவணையில். எனவே நான் உங்களை சந்திக்கிறேன் நேரடியாக நாளை. சந்திப்பை விரும்புகிறீர்களா மதிய உணவு அல்லது இரவு உணவிற்கு?

B. எனக்கு அதே *2* நியமனம் உள்ளது பகுதி உங்களுடையது, எனவே நான் உங்கள் இடத்திற்கு வருவேன். *4.30* சரியாக இருக்குமா அல்லது *6.00* ஆகுமா.

4. **நான் பிஸியாக இருக்கிறேன்**

A. அதனால்தான் உங்களைப் பார்ப்பதற்கு முன் அழைத்தேன் நபர். நான் உன்னைப் பார்ப்பதை உறுதிசெய்ய விரும்பினேன் உங்கள் வசதியான நேரத்தில். *4.30* நன்றாக இருக்குமா அல்லது *6.00* சரியாக இருக்குமா?

B. நீங்கள் பிஸியாக இருப்பதையும், பிஸியாக இருப்பதும் ஒரு முற்போக்கான தனிநபரின் அடையாளம் ஆனால் இந்த பிஸியாக இருப்பதை நான் முற்றிலும் பாராட்டுகிறேன். நீங்கள் சிறிது நேரம் ஒதுக்க வேண்டும் நான் ஏதாவது வழங்க உள்ளதால் என்னை சந்திக்கவும் அது உங்களை வெற்றியின் அடுத்த கட்டத்திற்கு அழைத்துச் செல்லும். எனவே நான் உங்களை காலை *10* மணிக்கு சந்திக்கலாமா அல்லது மதியம் *12* மணிக்கு சரியா?

5. **நான் ஊருக்குப் போகிறேன்**

A. மிகவும் நல்லது. இது குடும்பப் பயணமா அல்லது வணிகமா பயணம்? நீங்கள் எப்போது புறப்படுகிறீர்கள்? குடும்ப சுற்றுலா: அற்புதம். நீங்கள் ஒரு போகிறீர்கள் குடும்பப் பயணம் எனக்கு தெளிவாகக் காட்டுகிறது உங்கள் குடும்பத்தை நீங்கள் எவ்வளவு மதிக்கிறீர்கள். நான் என்ன உங்களுடன் பேசுவது மற்றொரு வழி உங்கள் அன்பையும் அர்ப்பணிப்பையும் ளிப்படுத்துகிறது உங்கள் குடும்பத்தை நோக்கி, அதனால் நான் உங்களை வலியுறுத்துகிறேன் என்னை சந்தி. உங்களுக்காகவும் எனக்காகவும் இல்லையென்றால், உங்களுக்காக மனைவி மற்றும் குழந்தைகள். *4.30* சரியாக இருக்குமா அல்லது *6.00* ஆகுமா நன்றாக இருக்குமா?

வணிக பயணம்: நான் தயாராகி வருகிறேன் சந்தித்தல்.

ஐயா, நான் உங்களிடம் ஒரு கேள்வி கேட்கிறேன், நீங்கள் ஏன் இருக்கிறீர்கள் தொழிலில் மிகவும் கடினமாக உழைக்கிறீர்களா? நான் உறுதியாக இருக்கிறேன் உங்களுக்கும் உங்களுக்கும் சிறந்த எதிர்காலத்தை உருவாக்குங்கள் குடும்பம். நான் எதைப் பற்றி பேசப் போகிறேனோ அது மட்டுமே இருக்கும் இந்த

செயல்முறையை விரைவுபடுத்துங்கள். 1.30 சரியா இருக்குமா 2.00 நன்றாக இருக்குமா?

6. **நீங்கள் பரிந்துரைக்கும் நேரத்தில் நான் சுதந்திரமாக இருக்க மாட்டேன்**

A. கவலை இல்லை சார். நான் தவறாக பரிந்துரைத்திருக்கலாம் நேரம். அதை ஒரு முறை சொல்ல முடியுமா உங்களுக்கு வசதியாக இருக்கும்?

7. **உங்கள் சிற்றேட்டை எனக்கு அனுப்புங்கள்**

A. நான் அப்படி இருக்க விரும்புகிறேன், ஆனால் நான் செய்யும் விஷயங்கள் நான் போகிறேன் அதனால் உங்களுக்கு பயனுள்ளதாக இருக்கும் நான் இருக்கும் போது மட்டுமே உங்களுக்கு புரியும் உங்கள் தேவைகளை புரிந்து கொள்ளுங்கள். அதனால் நான் உங்களிடம் கேட்டுக்கொள்கிறேன் என்னை சந்திக்க. பிரசுரத்தையும் எடுத்துச் செல்வேன் நான் வரும்போது உடன். 4.30 ஆகுமா 6.00 உங்களுக்கு நன்றாக இருக்குமா?

B. நிச்சயமாக ஐயா, நான் அதைச் செய்ய விரும்புகிறேன், ஆனால் எங்கள் நிறுவனம் நிறைவேற்ற பல விருப்பங்களை கொண்டுள்ளது ஒரு தனிநபர்/நிறுவனத்தின் பல்வேறு தேவைகள். என எனக்கு ஒரு தொழில்முறை விற்பனையாளர் தேவை பரிந்துரைக்கும் முன் உங்கள் தேவைகளை புரிந்து கொள்ளுங்கள் தீர்வு மற்றும் அதை சரியான முறையில் செய்ய முறை, நான் உன்னை சந்திக்க வேண்டும். 4.30 இருக்கும் சரி அல்லது 6.00 உங்களுக்கு நன்றாக இருக்குமா?

8. **உங்கள் நேரத்தை வீணடிப்பீர்கள்**

A. இதுவே முதல் ஆட்சேபனையாக வந்தால், கேளுங்கள், உங்களுக்கு ஆர்வம் இல்லாததால் அப்படிச் சொல்கிறீர்களா? எங்கள் தயாரிப்பில்? ஐயா, நான் தான் என்று சொல்லுகிறேன் உங்களுக்குக் கிடைக்கும் சில விஷயங்களைக் காண்பிக்கப் போகிறேன் நான் 4.30 அல்லது 6.00 மணிக்கு வர வேண்டுமா?

B. இடையில் வந்தால் “அது நான் உங்களைச் சந்திக்க விரும்புவதற்கான சரியான காரணம்." 4.30 சரியாகுமா அல்லது 6.00 சரியாகுமா?

9. **நான் தற்போது பிஸியாக இருக்கிறேன் அல்லது உங்களுக்குத் தெரியப்படுத்துகிறேன் (அடுத்த வாரம் அல்லது இரண்டு நாட்களில் அல்லது அடுத்தது மாதம்)**

   A. நான் உங்களுடன் விவாதிக்க விரும்புவது உங்களைப் பற்றியது எதிர்காலம், உங்கள் வளர்ச்சி மற்றும் வெற்றி மற்றும் நான் இல்லை நீங்கள் அதை தாமதப்படுத்த வேண்டும் என்று நினைக்கிறேன். நான் இருப்பேன் நாளை உங்களை சந்திக்க வருகிறேன். காலை 11 மணிக்கு பரவாயில்லை அல்லது மதியம் 1 மணி சரியாகுமா?

10. **நான் நிலையத்திற்கு வெளியே செல்கிறேன். என்னை பிறகு அழைக்கவும்**

    A. எப்போது போகிறீர்கள்? நான் உன்னை சந்திக்க விரும்புகிறேன் நீ புறப்படுவதற்கு முன்பாக. தன்னை ஒரு ஆபத்தான விஷயம் மற்றும் நீங்கள் தொலைவில் இருக்கும்போது எதுவும் நடக்கலாம்.

11. **விற்பனைஅதிகாரிவிற்பனைக்குப்பின்சேவையைவழங்குவதில்லை ஒரு கிணறு.**

    மிக்க நன்றி ஐயா. ஆனால் நான் ஒரு அல்ல விற்பனை நிர்வாகி. நான் உங்களைத் துல்லியமாகச் சந்திக்க விரும்புகிறேன் அதே காரணத்திற்காக, சந்தித்த பிறகு எனக்கு இடையே உள்ள வித்தியாசத்தை நீங்கள் உணர்வீர்கள் என்னைப் போன்ற வணிக உரிமையாளர்கள் மற்றும் பிற விற்பனையாளர்கள் நிர்வாகிகள்.

12. **நீங்கள் எவ்வளவு தள்ளுபடி வழங்குகிறீர்கள்?**

    A. நான் காட்டுவதைத் தவிர வேறு எதையும் விற்க மாட்டேன். உனக்கு ஒரு யோசனை. இது என்னால் காட்ட முடியாத ஒன்று நீங்கள் தொலைபேசியில்.

13. **எனக்கு இப்போது உடம்பு சரியில்லை**

    A. நீங்கள் உடல்நிலை சரியில்லாமல் இருப்பதால், நீங்கள் இருப்பீர்கள் வீட்டில் ஓய்வெடுப்போம், எங்களுக்கு போதுமானதாக இருக்கும் நான் காட்ட வேண்டிய விஷயத்தைப் பற்றி விவாதிக்க வேண்டிய நேரம் இது

உங்களுக்கு சிலவற்றை எடுக்க உதவும் உங்கள் வாழ்க்கையின் முக்கிய முடிவுகள். *4.30* இருக்கும் சரி அல்லது *6.00* உங்களுக்கு நன்றாக இருக்குமா? மேலும், எங்கள் சந்திப்பு உங்களுக்கு உதவக்கூடும் என்றென்றும் முழுமையாக மீட்க.

14. **நான் ஒரு திருவிழா அல்லது சில குடும்ப விழாவில் பிஸியாக இருக்கிறேன்**

A. என்னைச் சந்தித்த பிறகு நீங்கள் மிகவும் வேடிக்கையாக இருப்பீர்கள் மகிழ்ச்சியான காலம் வரும்

B. கூட்டத்திற்குப் பிறகு நீங்கள் எடுக்கும் முடிவு நான் உங்கள் பண்டிகைகளையும் மகிழ்ச்சியையும் கூட்டுவேன்.

15. **நான் உன்னை திரும்ப அழைக்கிறேன். உங்கள் தொடர்பை எண் எனக்குக் கொடுங்கள்**

A. தயவு செய்து எனது எண்ணை எடுங்கள். எனினும், நான் உங்கள் பிஸியான அட்டவணையில் சேர்க்க விரும்பவில்லை நீங்கள் என்னை திரும்ப அழைக்க வேண்டும், அதனால் நான் அழைக்கிறேன் நீ சுதந்திரமாக இருக்கும்போது நானே திரும்பு.

B. நான் எப்போது கிடைக்காமல் போகலாம் நீங்கள் என்னை அழைக்கவும், நான் பெறாமல் போகலாம் திரும்பி வரவில்லை என்றால் நீங்கள் மிகவும் காயப்படுவீர்கள் உங்கள் தொலைபேசி அழைப்பு, எனவே நான் உங்களை மீண்டும் அழைக்கிறேன் நானே.

C. நான் ஏறக்குறைய உள்ளூரிற்குச் சென்று வருவதால், நான் வருவேன் நீங்கள் இருந்தால் எங்களிடம் வரலாம் பேசி முடிவெடுக்கவும்.

16. **இன்று சாத்தியமில்லை**

A. சரி நாம் நாளை, காலை அல்லது சந்திப்போம் சாயங்காலம்

17. **நான் அதைப் பற்றி யோசிப்பேன் பதில்**

நாங்கள் தனிப்பட்ட முறையில் சந்தித்து அதைப் பற்றி விவாதிக்கிறோம், உங்கள் கேள்விகள். ஏதாவது இருந்தால் உடனடியாக முடியும் மேஜை முழுவதும் தீர்க்கப்பட்டது. இது

உதவும் விரைவாக முடிவெடுப்பது 4.30 சரியாக இருக்கும் அல்லது 6.00 உங்களுக்கு நன்றாக இருக்குமா?

18. **எனது குடும்ப உறுப்பினர்களில் ஒருவர் நோய்வாய்ப்பட்டுள்ளார். தயவு செய்து பிறகு பேச**

    A. நோயாளியைப் பற்றி விசாரித்து மரியாதை செலுத்துங்கள் வருகை, இது பயனுள்ளதாக திறக்கும் தொடர்பு இணைப்பு.

> **“ஆட்சேபனையை கோரிக்கையாகக் கருதுங்கள் மேலும் விவரங்களுக்கு."**
>
> **– ஸ்டீவ் ஜாப்ஸ்**

Caption: மருத்துவ எழுத்துறுதி பொருள், வரையறை, விளக்கம்

Knowledge
Education
Learning
SELF DEVELOPMENT
Workshop
Seminar
Training

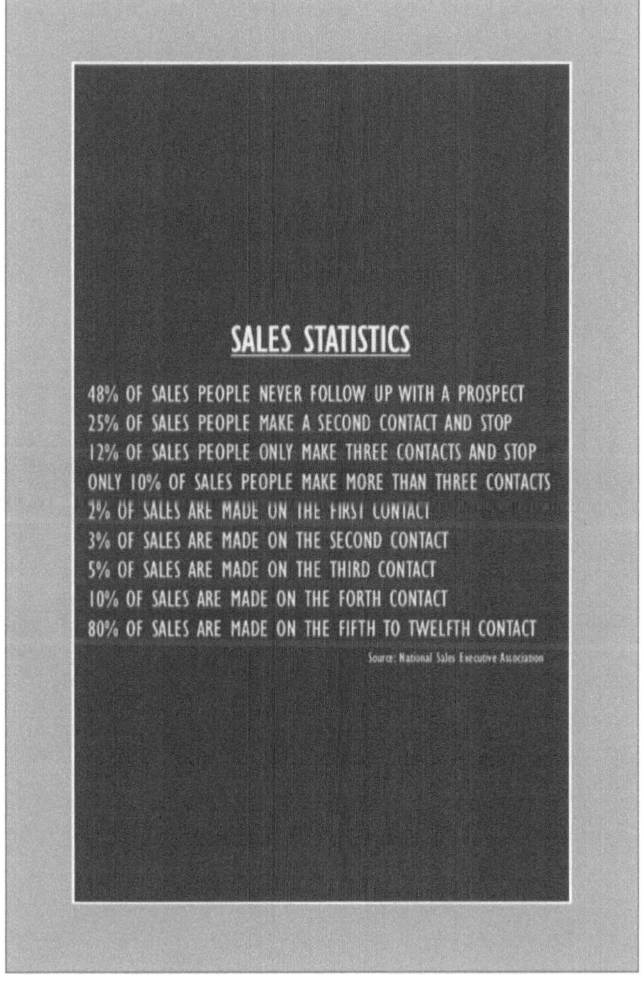
SALES STATISTICS
48% OF SALES PEOPLE NEVER FOLLOW UP WITH A PROSPECT
25% OF SALES PEOPLE MAKE A SECOND CONTACT AND STOP
12% OF SALES PEOPLE ONLY MAKE THREE CONTACTS AND STOP
ONLY 10% OF SALES PEOPLE MAKE MORE THAN THREE CONTACTS
2% OF SALES ARE MADE ON THE FIRST CONTACT
3% OF SALES ARE MADE ON THE SECOND CONTACT
5% OF SALES ARE MADE ON THE THIRD CONTACT
10% OF SALES ARE MADE ON THE FORTH CONTACT
80% OF SALES ARE MADE ON THE FIFTH TO TWELFTH CONTACT
Source: National Sales Executive Association

Setting goal is the
first step in turning the
invisible into the visible.

சுய-வளர்ச்சி & மதிப்பீடு

சுய முன்னேற்றம் ஏற்பட உங்கள் வாழ்க்கைக்கு முன்னுரிமை கொடுப்பது முக்கியம். சுய வளர்ச்சி மற்றும் மதிப்பீடு உங்கள் பலத்தை அதிகரிக்க உதவுகிறது, உங்கள் மன ஆரோக்கியத்தை மேம்படுத்தவும், மேலும் குணமடையவும் உறவுகள். ஒவ்வொரு நாளும் உங்களை மதிப்பீடு செய்வது மிகவும் அவசியம், மாதம் மற்றும் ஆண்டு உங்கள் அறிவு, திறமையை மேம்படுத்த, உங்கள் தனிப்பட்ட மற்றும் மீதான அணுகுமுறை மற்றும் திறன் தொழில் வாழ்க்கை. தனிப்பட்ட வளர்ச்சி மற்றும் சுய வளர்ச்சி பெரியது ஒட்டுமொத்தமாக உங்கள் வாழ்க்கையில் வெற்றிகரமாக இருப்பதன் ஒரு பகுதி உங்கள் நடைமுறையில். அதை சாதாரணமாக எடுத்துக்கொள்ளாதீர்கள். என்றால் எங்கிருந்து தொடங்குவது என்று உங்களுக்குத் தெரியவில்லை, இந்த ஐந்தைப் பின்பற்றவும் உங்கள் மேம்பாட்டுப் பாடங்கள் தொடர்பான அட்டவணைகள் மற்றும் அவர்களின் முக்கிய புள்ளிகள். சிறந்த சுகாதார காப்பீட்டு ஆலோசகராக இந்த ஐந்து விளக்கப்படங்கள் உள்ளடக்கங்கள் உங்கள் தனிப்பட்ட மற்றும் *100* வகையான யோசனைகள் தொழில் வளர்ச்சி.

வளர்ச்சி விளக்கப்படம் - *1*

அறிவு

உங்கள் பெயர் ______________________________________

1.	**நிறுவனத்தைப் பற்றிய அறிவு**	*1*	*2*	*3*	*4*	*5*
2.	**தொழில் பற்றிய அறிவு**	*1*	*2*	*3*	*4*	*5*
3.	**பல்வேறு வகையான திட்டம்**	*1*	*2*	*3*	*4*	*5*
4.	**வெவ்வேறு உடல்நலக் காப்பீடு. திட்டம்**	*1*	*2*	*3*	*4*	*5*
5.	**வெவ்வேறு நிறுவனங்களின் திட்டம்**	*1*	*2*	*3*	*4*	*5*
6.	**உடல்நலக் காப்பீட்டின் நோக்கம்**	*1*	*2*	*3*	*4*	*5*
7.	**குடும்ப ஆரோக்கியம்**	*1*	*2*	*3*	*4*	*5*
8.	**சீனியர் சிட்டிசன் திட்டம்**	*1*	*2*	*3*	*4*	*5*
9.	**கார்டியாக் கேர் திட்டம்**	*1*	*2*	*3*	*4*	*5*
10.	**புற்றுநோய் பராமரிப்பு திட்டம்**	*1*	*2*	*3*	*4*	*5*
11.	**மருத்துவமனை பணக் காப்பீடு**	*1*	*2*	*3*	*4*	*5*
12.	***OPD* கவரேஜ் திட்டம்**	*1*	*2*	*3*	*4*	*5*
13.	**சிறப்பு தற்செயல் திட்டம்**	*1*	*2*	*3*	*4*	*5*
14.	**திட்டம் சேர்க்கை**	*1*	*2*	*3*	*4*	*5*
15.	**எழுத்துறுதி விதிமுறைகள்**	*1*	*2*	*3*	*4*	*5*
16.	**மருத்துவ எழுத்துறுதி**	*1*	*2*	*3*	*4*	*5*
17.	**விற்பனைக்கு தேவையான ஆவணங்கள்**	*1*	*2*	*3*	*4*	*5*
18.	**உரிமைகோரல் தீர்வு விதிமுறைகள்**	*1*	*2*	*3*	*4*	*5*
19.	**காப்பீட்டு ஒழுங்குமுறை *(IRDAI)***	*1*	*2*	*3*	*4*	*5*
20.	**கிளப் தகுதி**	*1*	*2*	*3*	*4*	*5*

தேதி____________________ **மொத்த மதிப்பெண்கள் =**__________*100*

பகுப்பாய்வுக்குப் பிறகு கருத்து

வளர்ச்சி விளக்கப்படம் -2

திறன்கள்

உங்கள் பெயர் ____

1.	**தொடர்பு திறன்**	1	2	3	4	5
2.	**டேல்-ஃபோனில் அப்பாயிண்ட்மெண்ட்**	1	2	3	4	5
3.	**கதை போன்ற ஒரு கருத்தை முன்வைக்கவும்**	1	2	3	4	5
4.	**ப்ராஸ்பெக்டிங் செய்ய**	1	2	3	4	5
5.	**ஒரு நாளைக்கு 5 புதிய அழைப்புகளைச் செய்ய**	1	2	3	4	5
6.	**தற்போதைய ஆரோக்கியம். ஒரு கருத்தாக**	1	2	3	4	5
7.	**ஆட்சேபனை கையாளுதல்**	1	2	3	4	5
8.	**ஆட்சேபனை தடுப்பு**	1	2	3	4	5
9.	**மூடும் திறன்**	1	2	3	4	5
10.	**காட்சி உதவி விளக்கக்காட்சி**	1	2	3	4	5
11.	**கடிதம் எழுதும் திறன்களைப் பின்தொடரவும்**	1	2	3	4	5
12.	**பின்தொடர்தல் திறன்கள்**	1	2	3	4	5
13.	**மனித உறவு திறன்கள்**	1	2	3	4	5
14.	**முன்மொழிவு மேம்பாட்டு திறன்கள்**	1	2	3	4	5
15.	**வேலை பிரதிநிதித்துவ திறன்கள்**	1	2	3	4	5
16.	**நேர மேலாண்மை திறன்**	1	2	3	4	5
17.	**வாடிக்கையாளர் மேம்பாட்டு திறன்கள்**	1	2	3	4	5
18.	**பிரதேச வளர்ச்சி**	1	2	3	4	5
19.	**மீண்டும் மீண்டும் வணிக உருவாக்க திறன்கள்**	1	2	3	4	5
20.	**போட்டியைக் கையாளும் திறன்**	1	2	3	4	5

தேதி____________________ **மொத்த மதிப்பெண்கள் =**__________*100*

பகுப்பாய்வுக்குப் பிறகு கருத்து

மேம்பாட்டு அரட்டை - *3*

செயல் நோக்குநிலை

உங்கள் பெயர்_______________________________________

1.	***ஒவ்வொரு நாளும் 5 புதிய அழைப்புகள்***	*1*	*2*	*3*	*4*	*5*
2.	***நேரத்தில் அனைத்து பின்தொடர்தல்களையும் செய்கிறது***	*1*	*2*	*3*	*4*	*5*
3.	***எழுதும் இலக்குகள்***	*1*	*2*	*3*	*4*	*5*
4.	***ஒவ்வொரு எஸ்எம்எஸ் இலக்குகளை நோக்கி வேலை செய்யுங்கள்***	*1*	*2*	*3*	*4*	*5*
5.	***அஞ்சல், அழைப்பு மற்றும் எஸ்எம்எஸ் ஆகியவற்றிற்கு பதிலளிக்கிறது***	*1*	*2*	*3*	*4*	*5*
6.	***சொந்த இணையதளம் அல்லது மொபைல்–ஆப் உள்ளது***	*1*	*2*	*3*	*4*	*5*
7.	***கடிதங்கள் மற்றும் தனிப்பயனாக்கப்பட்ட அஞ்சல்களை எழுதுகிறது***	*1*	*2*	*3*	*4*	*5*
8.	***கல்வி புத்தகங்களை தினமும் படிக்கிறார்***	*1*	*2*	*3*	*4*	*5*
9.	***பயிற்சியில் தவறாமல் கலந்து கொள்கிறார்***	*1*	*2*	*3*	*4*	*5*
10.	***கல்வி சார்ந்த ஆடியோக்களை தினமும் கேட்கிறது***	*1*	*2*	*3*	*4*	*5*
11.	***மென்பொருளைக் கொண்டுள்ளது மற்றும் அதை தினமும் பயன்படுத்துகிறது***	*1*	*2*	*3*	*4*	*5*
12.	***வாடிக்கையாளர்களின் புகார்கள்/ பிரச்சினைகளில் கலந்து கொள்கிறது***	*1*	*2*	*3*	*4*	*5*
13.	***ஒவ்வொரு அழைப்புக்கும் தொழில்ரீதியாகத் தயாராகிறது***	*1*	*2*	*3*	*4*	*5*
14.	***தேவைக்கேற்ப முறையான சேவைகளை வழங்குகிறது***	*1*	*2*	*3*	*4*	*5*
15.	***எதிர்பார்ப்பை நோக்கி நேரத்தை செலவிடுகிறது***	*1*	*2*	*3*	*4*	*5*
16.	***எம்டிஆர்டி வெப்பச்சலனத்திற்கு செல்கிறது***	*1*	*2*	*3*	*4*	*5*
17.	***PC/Laptop/tab உள்ளது மற்றும் அதை பயன்படுத்துகிறது***	*1*	*2*	*3*	*4*	*5*
18.	***ELV இன் படி சுய காப்பீடு செய்துள்ளார்***	*1*	*2*	*3*	*4*	*5*
19.	***ஐ மேம்படுத்த கொடுக்கப்பட்ட பின்னூட்டத்தின் மீதான செயல்கள்***	*1*	*2*	*3*	*4*	*5*

தேதி____________________ **மொத்த மதிப்பெண்கள்** =__________*100*

பகுப்பாய்வுக்குப் பிறகு கருத்து

மேம்பாட்டு விளக்கப்படம் - 4

அணுகுமுறை மற்றும் திறன்கள்

உங்கள் பெயர்____

1.	**அணுகுமுறை: கற்றுக்கொள்வதற்கும் மேம்படுத்துவதற்கும் விருப்பம்**	1 2 3 4 5
2.	**படிக்க மற்றும் மேம்படுத்த விருப்பம்**	1 2 3 4 5
3.	**இலக்குகளை அமைத்து அடைய விருப்பம்**	1 2 3 4 5
4.	**முகவராக மட்டுமே தொடர விருப்பம்**	1 2 3 4 5
5.	**ஒரு வணிகத்தை நிறுவ விருப்பம்**	1 2 3 4 5
6.	**ஆளுமையை மேம்படுத்த விருப்பம்**	1 2 3 4 5
7.	***MDRT/TOT* க்கு தகுதி பெற விருப்பம்**	1 2 3 4 5
8.	***MDRT* மாற்றத்தில் கலந்துகொள்ள விருப்பம்**	1 2 3 4 5
9.	**தொழிலை நோக்கி நீண்ட கால அணுகுமுறை உள்ளது**	1 2 3 4 5
10.	**உதவிகரமாகவும் வசதியாகவும் இருத்தல் திறன்களை:**	1 2 3 4 5
11.	**வாடிக்கையாளர் தளத்தை உருவாக்குவதற்கான திறன்கள்**	1 2 3 4 5
12.	**நிராகரிக்கப்பட்ட பிறகும் நிலைத்து நிற்கும் திறன்கள்**	1 2 3 4 5
13.	**நிராகரிக்கப்பட்ட போதிலும் அழைப்புகளை மேற்கொள்ளும் திறன்**	1 2 3 4 5
14.	**விற்பனை திறன்களைக் கற்றுக்கொள்வதற்கான திறன்கள்**	1 2 3 4 5
15.	**கற்றுக்கொண்டதை செயல்படுத்தும் திறன்**	1 2 3 4 5
16.	**அழுத்தத்தின் கீழ் வேலை செய்யும் திறன்கள்**	1 2 3 4 5
17.	**ஒவ்வொரு நாளும் தொடர்ந்து வேலை செய்யும் திறன்**	1 2 3 4 5
18.	**அனைத்து பொருட்களையும் விற்கும் திறன்**	1 2 3 4 5
19.	**மற்றவர்களுடன் பழகும் திறன்**	1 2 3 4 5
20.	**பல முறை விற்கும் திறன்**	1 2 3 4 5

தேதி__________________ **மொத்த மதிப்பெண்கள் =**__________*100*

பகுப்பாய்வுக்குப் பிறகு கருத்து

சுய மதிப்பீட்டு சோதனை

Sl அளவுரு இல்லை

1.	வேலை பற்றிய அறிவு - உங்கள் வேலை என்ன	*1*	*2*	*3*	*4*	*5*
2.	நான் தினமும் *10* பேரை சந்திக்கிறேனா	*1*	*2*	*3*	*4*	*5*
3.	வாரந்தோறும் *25* புதிய நபர்களை நான் சந்திக்கிறேனா	*1*	*2*	*3*	*4*	*5*
4.	நான் மாதாந்திர *100* புதிய ஐ சந்திக்கிறேனா	*1*	*2*	*3*	*4*	*5*
5.	ஆண்டுக்கு *1000-1000-1000*புதிது	*1*	*2*	*3*	*4*	*5*
6.	எனது சீர்ப்படுத்தும் தரநிலைகள்	*1*	*2*	*3*	*4*	*5*
7.	அன்றைய தினத்தை முன்கூட்டியே திட்டமிடுகிறேன்	*1*	*2*	*3*	*4*	*5*
8.	எனது தனிப்பட்ட அலுவலகம் மற்றும் ஊழியர்கள்	*1*	*2*	*3*	*4*	*5*
9.	நிறுவனம் பற்றிய எனது அறிவு	*1*	*2*	*3*	*4*	*5*
10.	அனைத்து தயாரிப்புகள் பற்றிய எனது அறிவு	*1*	*2*	*3*	*4*	*5*
11.	போட்டி பற்றிய எனது அறிவு	*1*	*2*	*3*	*4*	*5*
12.	என்னிடம் கணினிகள்/லேப்டாப் உள்ளதா	*1*	*2*	*3*	*4*	*5*
13.	நான் மென்பொருளைப் பயன்படுத்துகிறேனா	*1*	*2*	*3*	*4*	*5*
14.	என்னிடம் இணையதளம் உள்ளதா	*1*	*2*	*3*	*4*	*5*
15.	எத்தனை வாடிக்கையாளர்கள் என்னைப் பரிந்துரைத்துள்ளனர்	*1*	*2*	*3*	*4*	*5*
16.	என்னிடம் சொந்தமாக CDகள்/புத்தகங்கள் உள்ள நூலகம் உள்ளதா	*1*	*2*	*3*	*4*	*5*
17.	நான் தினமும் சிடியைப் படிக்கிறேனா அல்லது கேட்கிறேனா அல்லது பார்க்கிறேனா	*1*	*2*	*3*	*4*	*5*
18.	வாழ்க்கைக்கான எழுத்துப்பூர்வ இலக்குகளை நான் நிர்ணயித்துள்ளேன்	*1*	*2*	*3*	*4*	*5*
19.	நான் எனது இலக்குகளை நோக்கிச் செயல்படுகிறேனா	*1*	*2*	*3*	*4*	*5*
20.	என்னிடம் பணியாளர் பிரதிநிதித்துவ அணுகுமுறை உள்ளதா	*1*	*2*	*3*	*4*	*5*

தேதி____________________ மொத்த மதிப்பெண்கள் =__________*100*

பகுப்பாய்வுக்குப் பிறகு கருத்து

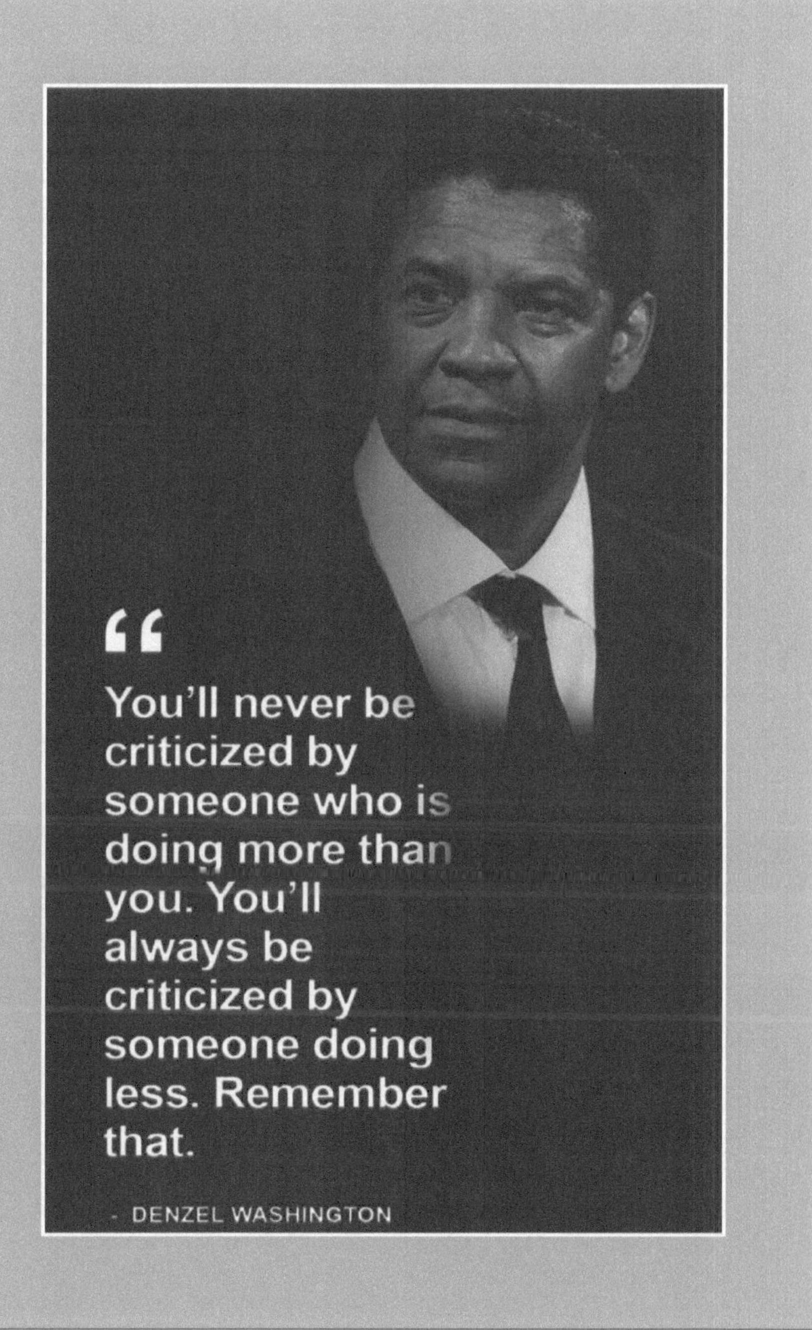
"
You'll never be criticized by someone who is doing more than you. You'll always be criticized by someone doing less. Remember that.
- DENZEL WASHINGTON

HIGH
MEDIUM
LOW
RISK
INSURANCE
RISK

கீழ் எழுதுதல்

வரையறை:

உடல்நலக் காப்பீட்டுக் கொள்கையை வெளியிடுவதற்கு முன், விண்ணப்பதாரர் அவனது/அவளின் அடிப்படையில் மதிப்பீடு செய்யப்படுகிறார் மருத்துவ வரலாறு (தற்போதைய சுகாதார நிலை) வரிசையில் பாலிசிக்கான பிரீமியம் விகிதத்தை நிர்ணயித்து முடிவெடுக்க கவரேஜ் வழங்கலாமா வேண்டாமா. இந்த செயல்முறை மருத்துவ எழுத்துறுதி என அறியப்படுகிறது. இதன் விலை கவரேஜ் ஆபத்து காரணிகளால் தீர்மானிக்கப்படுகிறது விண்ணப்பதாரர்.

விளக்கம்:

மருத்துவ எழுத்துறுதி இல்லாதது தார்மீக அபாயத்தை ஊக்குவிக்கவும். மருத்துவ எழுத்துறுதி என்பது ஒரு காப்பீட்டாளருக்கு முக்கியமானது. அதனால் மக்கள் வாங்கவில்லை. அவர்கள் நோய்வாய்ப்பட்டிருக்கும் போது மட்டுமே சுகாதார காப்பீடு அல்லது மருத்துவ பராமரிப்பு தேவை. இது செய்யும் ஹெல்த் இன்ஷூரன்ஸ் பாலிசிக்கான பிரீமியங்கள் மிகவும் விலையுயர்ந்த.

முதன்மை ஒப்பந்ததாரர்:

முகவர் முதன்மை அண்டர்ரைட்டர் என்று அறியப்படுகிறார். அவன் அல்லது அவள் உண்மைகள் உள்ளதா என்பதைக் கண்டறிய சிறந்த நிலையில் உள்ளது அவர் அல்லது அவள் நேரடியாக இருப்பதால், முன்வைக்கப்பட்டது உண்மை முன்மொழியப்பட்ட சுகாதார காப்பீட்டுடன் தொடர்பு கொள்ளுங்கள் கவரேஜ்.

எழுத்துறுதி தத்துவம்:

எல்லா நேரங்களிலும் நிறுவனத்தின் நோக்கமாக இருக்கும் லாபத்துடன் வளர்ச்சியை அடையலாம். இந்த முடிவை நோக்கி, விலையை கவனித்துக்கொள்ள ஒரு விளிம்பு இருக்க வேண்டும். தூய

ரிஸ்க் பிரீமியத்திற்கு மேல் தொடர்ந்து ஏற்பட்டுள்ள உரிமைகோரல் விகிதத்தின் பகுப்பாய்வு மூலம் வந்தது.

- கொள்முதல் செலவு
- நிர்வாகச் செலவுகள்
- மருத்துவ பணவீக்கம்
- பேரழிவு மீட்கிறது
- முதலீட்டு வருமானத்திற்கான கடன்
- லாப வரம்பு

பொருளின் ஒருங்கிணைந்த விகிதத்தை அடைவதாக இருக்கும் *100%* கீழே.

உடல்நலக் காப்பீட்டை பின்வருமாறு வகைப்படுத்தலாம் எழுத்துறுதியின் பார்வை.

- சில்லறை சுகாதாரம்
- குழு ஆரோக்கியம்
- அரசு சுகாதார திட்டம்
- சில்லறை வெளிநாட்டு சுகாதார காப்பீடு

சில்லறை ஆரோக்கியம்:

ஒவ்வொரு பிரிவுக்கும் அதன் சொந்த குணாதிசயங்கள் உள்ளன சவால். மேலும் ஆதிக்க சேனல் விநியோகம், சில்லறை அல்லது தனிநபர் காப்பீடு பொதுவாக ஆன்லைன் அல்லது ஏஜென்ட், கார்ப்பரேட் மூலம் விற்கப்படும் முகவர் முதலியன நிறுவனம் பொருத்தமான தயாரிப்புகளை வடிவமைக்கும் மற்றும் தரநிலை மற்றும் சோதனை அடிப்படையில் அறிமுகம் துணை நிலையான வாழ்க்கையின் சட்ட வேலைக்குள் ஒழுங்குமுறை.

முன்மொழிவு படிவம்:

முன்மொழிவு வடிவம் மிக முக்கியமான மற்றும் அடிப்படை சுகாதார காப்பீட்டு ஒப்பந்தத்திற்கு தேவையான ஆவணம் காப்பீடு மற்றும் காப்பீட்டு நிறுவனத்திற்கு இடையே. அது போன்ற காப்பீட்டாளரின் அடிப்படைத் தகவல்களை உள்ளடக்கியது. முகவரி, வயது, பெயர், கல்வி, தொழில் போன்றவை. சரியான கேள்விகளை

எப்போதும் கேளுங்கள் உங்கள் வாய்ப்புகளின் எழுத்துறுதி மற்றும் அறிவிப்பு மருத்துவ சிகிச்சையின் போது தற்போதைய சுகாதார நிலை எழுத்துறுதி.

ஒரு நல்ல அண்டரர்ரைட்டர் அனைத்து மருத்துவ வரலாற்றையும் அறிவிக்க வேண்டும் உத்தரவாதத்தின் போது காப்பீடு செய்த நபரின் கொள்கை.

குழு ஆரோக்கியம்:

கார்ப்பரேட் நிறுவனங்களுக்கு வழங்குவது குழு சுகாதாரக் கொள்கை பொதுவாக தரகர்கள் மற்றும் முகவர்கள் மூலம் பெறப்படுகிறது. நிலையான குழு கொள்கை விதிமுறைகளைப் பின்பற்றும் & நிபந்தனைகள், கட்டணங்கள், தள்ளுபடி/ஏற்றுதல் அணி மற்றும் நிலையான குழு சுகாதார கொள்கையின்படி விலக்குகள் *IRDAI* க்கு தாக்கல் செய்யப்பட்டது. இருப்பினும், பெரும்பாலான குழு சுகாதார கொள்கைகள் தேவை அடிப்படையிலான குறிப்பிட்ட தனிப்பட்ட தேவைகள் வாடிக்கையாளர்கள். இந்தக் கொள்கைகள் தனிநபர்களின் கீழ் வரும் அனுபவத்தால் மதிப்பிடப்பட்ட தயாரிப்புகள். குழுவின் சுகாதாரக் கொள்கை புதுப்பித்தல்களுக்கு, கோரிக்கை முந்தைய கொள்கையின் அனுபவம், எங்கிருந்தாலும் தகவல் கிடைக்கிறது, கருதப்படுகிறது. தவிர உரிமைகோரல்கள் அனுபவம், இருக்கும் மற்ற காரணிகள்

கருதப்படுகிறது:

- ஒப்பிடுகையில் கவரேஜில் மாற்றம் தேவை காலாவதியாகும் கொள்கை
- இழப்புகளின் எதிர்பார்க்கப்படும் அதிர்வெண் தீவிரம்
- குழு அளவு
- மருத்துவ பணவீக்கம்
- கொள்முதல் செலவுகள் மற்றும் மேலாண்மை
- விரிவாக்கம்

குழு சுகாதார காப்பீடு (அரசு):

அரசாங்கத்திற்கான குழு சுகாதார கொள்கைகள் ஆதாரமாக உள்ளன டெண்டர் செயல்முறை மூலம். வழங்கப்பட்ட கவர் ஆகியவை

டெண்டர் நிபந்தனைகளின்படி மற்றும் மதிப்பீடு இயக்கத்தில் உள்ளது அதே திட்டத்தில் முந்தைய உரிமைகோரல் அனுபவம் அல்லது வேறு ஏதேனும் அத்தகைய திட்டத்தில் மற்றும் பிற உள்ளடக்கப்பட்ட தொகுப்புகளின் எண்ணிக்கை, குடும்பம் போன்ற காரணிகள் அளவு, நிலையான விலக்குகள் போன்றவை, அத்தகைய கொள்கைகளும் கூட தயாரிப்பு நிர்வாகத்தின் முன் வைக்கப்படும் ஒப்புதல் மற்றும் அதைத் தொடர்ந்து நிரப்புவதற்கான குழு *IRDAI.*

தனிநபர்/சில்லறைப் பயணம்:

சில்லறை பயண தயாரிப்புகளும் வகுப்பு-மதிப்பீடு செய்யப்பட்ட தயாரிப்புகள் மற்றும் உள் எழுத்துறுதிக்கு உட்பட்டதாக இருக்கும் நிரப்பப்பட்ட மற்றும் அங்கீகரிக்கப்பட்ட வழிகாட்டுதல்கள் மற்றும் கட்டணங்கள் *IRDAI.* தயாரிப்புகள் ஆண்டுதோறும் மதிப்பாய்வு செய்யப்படும் தேவைப்பட்டால், தேவையான நடைமுறைகள் செய்யப்படும் *IRDAI* வழிகாட்டுதல்களின்படி.

(page 114 Image) caption: ஒவ்வொரு வாடிக்கையாளருக்கும் ஒரு சிக்கலை தீர்க்க அல்லது ஒரு இலக்கை அடைய உதவும் என்ற எண்ணத்துடன் அணுகவும், ஒரு தயாரிப்பு அல்லது சேவையை விற்கக்கூடாது.

(Brian Tracy) பிரையன் ட்ரேசி

(page 115 Blank)

(page 116 blank)

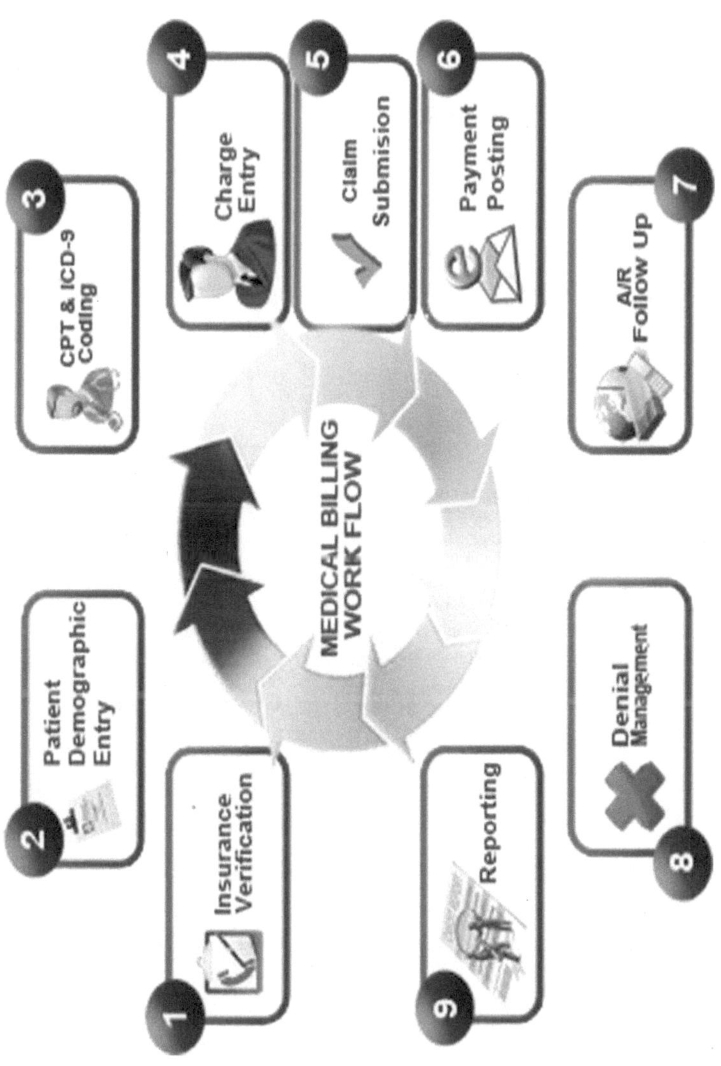

உரிமைகோரல் மேலாண்மை

மருத்துவ உரிமைகோரல் மேலாண்மை என்பது அமைப்பு, பில்லிங், தாக்கல், புதுப்பித்தல் மற்றும் செயலாக்கம் நோயாளியின் நோயறிதல் தொடர்பான மருத்துவ கோரிக்கைகள், சிகிச்சைகள் மற்றும் மருந்துகள். உடல்நலக் காப்பீட்டுக் கோரிக்கைகள் முதன்மையாக இரண்டு வகைகளாகும். பணமில்லா மற்றும் திருப்பிச் செலுத்தும் கோரிக்கைகள். இரண்டில், பணமில்லா உரிமைகோரல்கள் விரும்பத்தக்கவை வாடிக்கையாளர்கள்.

பணமில்லா உரிமைகோரல்கள்:

ரொக்கமில்லா உரிமை கோரும் போது மட்டுமே செய்ய முடியும் காப்பீடு செய்யப்பட்டவர் நெட்வொர்க் மருத்துவமனையில் சிகிச்சை பெறுகிறார் நாடு முழுவதும். ஒவ்வொரு காப்பீட்டு நிறுவனமும் உள்ளது. பணமில்லா மருத்துவமனைகளின் பட்டியல் ஒரு சிகிச்சை. பொதுவான உரிமைகோரல் செயல்முறையைப் பார்ப்போம் நெட்வொர்க்கில் காப்பீட்டு நிறுவனத்தைத் தொடர்ந்து மருத்துவமனைகள்.

பணமில்லா சிகிச்சைக்கான உரிமைகோரல் செயல்முறை நெட்வொர்க் மருத்துவமனை

படி *1:* அறிவிப்பை கோருங்கள்:

- உங்கள் மருத்துவமனையில் சேர்க்க திட்டமிடப்பட்டிருந்தால், தயவுசெய்து*48* மணிநேரத்திற்கு முன்காப்பீட்டு நிறுவனத்திடம் சேர்க்கைக்கு தெரிவிக்கவும்.
- உங்கள் மருத்துவமனையில் அனுமதிப்பது அவசரமாக இருந்தால், தயவுசெய்து *24* மணி நேரத்திற்குள் காப்பீட்டு நிறுவனத்திற்கு உங்கள் சேர்க்கை தெரிவிக்கவும்.

உரிமைகோரலைப் பதிவு செய்யும் போது, கீழே கொடுக்கப்பட்ட விவரங்கள் தேவை:

- கொள்கை எண்

- உரிமைகோருபவர்/ பாலிசிதாரரின் தொடர்பு விவரங்கள் (தொலைபேசி எண் போன்றவை)
- காப்பீடு செய்தவரின் பெயர்/ உரிமைகோருபவர், யார் மருத்துவமனையில் அனுமதிக்கப்பட்டுள்ளார்
- மருத்துவமனை விவரங்கள்/முகவரி
- நோய்/நோயின் தன்மை
  - அறிகுறிகளின் தொடக்க தேதி
  - நோயின்
- விபத்து (தற்செயலான உரிமைகோரல்களுக்கு)
  - விபத்து இயல்பு
  - விபத்து நடந்த தேதி & நேரம்
  - விபத்து நடந்த இடம்

படி 2: முன் அங்கீகார செயல்முறையைத் தொடங்குதல்

- ஒரு முன் அங்கீகாரம் கிடைக்கும் மருத்துவமனையின் காப்பீடு/ TPA மேசை. நீங்கள் கூட இருக்கலாம் காப்பீட்டிலிருந்து படிவத்தைப் பதிவிறக்கவும் நிறுவனத்தின் இணையதளம்.
- காப்பீடு செய்த/குடும்ப உறுப்பினர் பூர்த்தி செய்ய வேண்டும் முன் அங்கீகார படிவத்தின் முதல் பிரிவு (கையொப்பத்துடன் தனிப்பட்ட விவரங்கள்) மற்றும் கை மருத்துவமனையின் இன்சூரன்ஸ்/ டிபிஏ டெஸ்கிற்கு இருப்பு விவரங்களை நிரப்புதல்.

படி 3: முன் அங்கீகார படிவத்தை சமர்ப்பித்தல்

- மருத்துவமனை விவரங்களைச் சரிபார்த்து சேர்க்கும் தேவையான தகவல் மற்றும் முடிக்கப்பட்டதை தொலைநகல் செய்யவும் காப்பீட்டிற்கான முன்-அங்கீகாரப் படிவம் நிறுவனம்.
- பணமில்லா ஒப்புதலுக்கு தேவையான ஆவணங்கள்
- மருத்துவமனையில் முன் அங்கீகாரம் படிவம்
- உடல்நலக் காப்பீட்டு TPA அட்டை
- காப்பீடு செய்தவர் மற்றும் பாலிசி வைத்திருப்பவரின் அடையாளச் சான்று

- *கடந்தகால மருத்துவ வரலாறு தாள்கள் (ஏதேனும் இருந்தால்)/ முதலில்*
- *ஆலோசனைக் கடிதம்/ விசாரணை அறிக்கைகள்*
- *தேவையான ஏதேனும் தொடர்புடைய ஆவணங்கள்*

படி *4:* முன் அங்கீகாரத்திற்கான கோரிக்கையை செயலாக்குகிறது

- *இன்சூரன்ஸ் உள் மருத்துவக் குழு மதிப்பாய்வு செய்யும் மருத்துவமனை சமர்ப்பித்த வழக்கு மற்றும் ஆவணங்கள் அவர்களின் மருத்துவர்களால்.*
- *உரிமைகோரல் நிலை மருத்துவமனைக்கு அனுப்பப்படும்.*

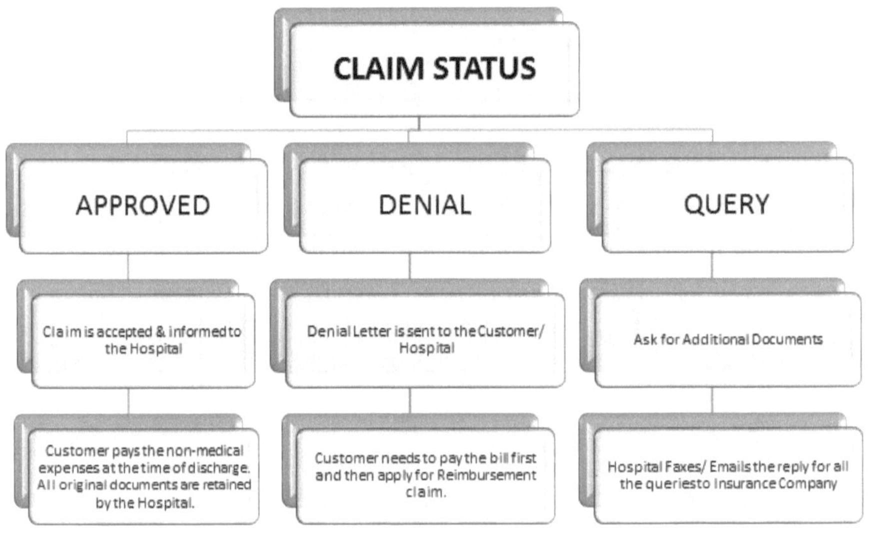

(Image) Claims status (உரிமைகோரல் நிலை) Approved (அங்கீகரிக்கப்பட்டது) denial (மறுப்பு) Query (வினவல்) Claim is accepted and informed to the hospital (உரிமைகோரல் ஏற்றுக்கொள்ளப்பட்டு மருத்துவமனைக்கு தெரிவிக்கப்படுகிறது) Denial letter is sent to the customer/hospital (மறுப்பு கடிதம் வாடிக்கையாளர் / மருத்துவமனைக்கு அனுப்பப்படுகிறது) Ask for additional documents (கூடுதல் ஆவணங்களை கேளுங்கள்) Customer pays the non-medical expenses at the time of discharge. All original documents are retained by the hospital. (வாடிக்கையாளர் வெளியேற்ற நேரத்தில் மருத்துவமற்ற செலவுகளை செலுத்துகிறார். அனைத்து அசல் ஆவணங்களும் மருத்துவமனையால் தக்கவைக்கப்படுகின்றன)

Customer needs to pay the bill first, then apply for Reimbursement claim. (வாடிக்கையாளர் முதலில் மசோதாவை செலுத்த வேண்டும், பின்னர் திருப்பிச் செலுத்தும் உரிமைகோரலுக்கு விண்ணப்பிக்க வேண்டும்.)

Hospital Faxes/ Emails the reply to all the queries to the insurance company (காப்பீட்டு நிறுவனத்திற்கு அனைத்து வினவல்களுக்கும் மருத்துவமனை தொலைநகல் / மின்னஞ்சல்கள்)

உடல்நலக் காப்பீட்டின் உரிமைகோரல் செயல்முறை மிகவும் குறிப்பிட்டது மற்றும் நீங்கள் காப்பீட்டு நிறுவனத்தைப் பொறுத்தது. தேர்வு. பொதுவாக, செலவுகள் கீழே உள்ளன ஹெல்த் இன்சூரன்ஸ் பாலிசியின் கீழ்

உள்ளடக்கப்பட்டுள்ளது:

1. மருத்துவமனை (அறை & போர்டிங் மற்றும் செயல்பாடு தியேட்டர்) கட்டணம்.
2. அறுவை சிகிச்சை நிபுணர், மயக்க மருந்து நிபுணர், செவிலியர், நிபுணர், முதலியன
3. நோய் கண்டறிதல் சோதனை, மருந்துகள், இரத்தம்,
4. ஆக்ஸிஜன், இதயமுடுக்கி போன்ற உள் சாதனங்கள் போன்றவை.

உங்கள் பங்கு:

உரிமைகோரலைப் பதிவு செய்யும் போது, சரிபார்க்க வேண்டியது அவசியம் மருத்துவமனை நெட்வொர்க் பேனலில் உள்ளதா மற்றும் உங்கள் விரைவான செயலாக்கத்திற்கு மேலே உள்ள படிகளைப் பின்பற்றவும்

கூற்றுக்கள். காப்பீட்டு நிறுவனம் ஒரு பிரத்யேக அமைப்பைக் கொண்டுள்ளது உங்கள் கேள்விகளைக் கையாள உரிமைகோரல் குழு.

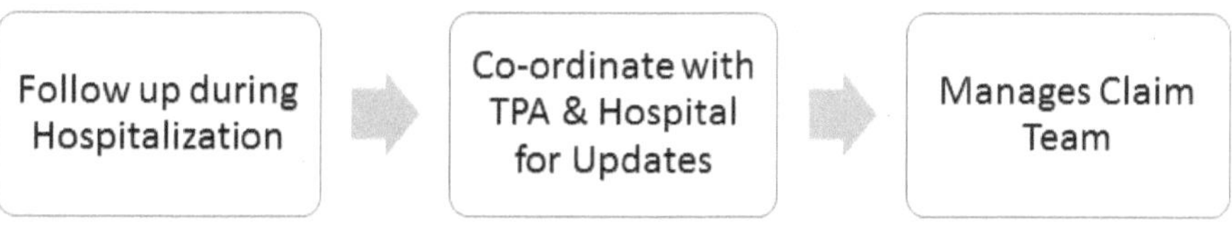

(Image) Follow up during hospitalization (மருத்துவமனையில் சேர்க்கும் போது பின்தொடரவும்

Co-ordinate with TPA and hospital for updates (புதுப்பிப்புகளுக்காக *TPA* மற்றும் மருத்துவமனையுடன் ஒருங்கிணைக்கவும்)

Manages Claim Team (மேலாளர்கள் உரிமைகோரல் குழு)

திருப்பிச் செலுத்தும் உரிமைகோரல்கள் :

மறுபுறம், காப்பீடு செய்யப்பட்டவர் நெட்வொர்க் மருத்துவமனையில் சிகிச்சை பெறாதபோது, திருப்பிச் செலுத்தும் கோரிக்கைகள் ஏற்படுகின்றன. இந்தச் சூழ்நிலையில், செலவுகள் அனைத்தும் காப்பீட்டாளரால் ஏற்கப்படுகின்றன, பின்னர் காப்பீட்டு நிறுவனத்திடமிருந்து அவருக்கு/அவளுக்கு திருப்பிச் செலுத்தப்படும். வாடிக்கையாளருக்குத் திருப்பிச் செலுத்துவதற்கான ஆதாரம் காப்பீட்டு நிறுவனத்திற்குத் தேவைப்படுவதால், திருப்பிச் செலுத்தும் கோரிக்கைகளுக்கு அதிக நேரம் ஆகலாம். இருவரில் இது குறைவான விருப்பமானதாக இருப்பதற்கு ஒரு பெரிய காரணம், பலரது சொந்த வழியில் மருத்துவமனைச் செலவுகளைச் செலுத்துவதற்கு அதிக பணம் கையில் இல்லை.

திருப்பிச் செலுத்துவதற்கான உரிமைகோரல் செயல்முறை:

1. முழுமையான உரிமைகோரல் படிவத்தை அதனுடன் சமர்ப்பிக்கவும் தேவையான ஆவணங்கள், கொள்கை விதிமுறைகளின்படி & நிபந்தனைகள்.
2. நீங்கள் அனுப்பிய ஒப்புதல் கடிதத்தைப் பெறுவீர்கள் கோரிக்கை மேலாண்மை குழு.
3. எழுப்பிய வினவலுக்குப் பதிலளிப்பதற்காக காப்பீடு செய்யப்பட்டுள்ளது கோரிக்கை மேலாண்மை குழு.
4. குழுவானால் அதற்கான காரணத்தை தெரிவிக்கும் நிராகரிப்பு அல்லது கட்டணம் வெளியிடப்படும்.

10 MOST EXPENSIVE
DRUGS IN THE WORLD

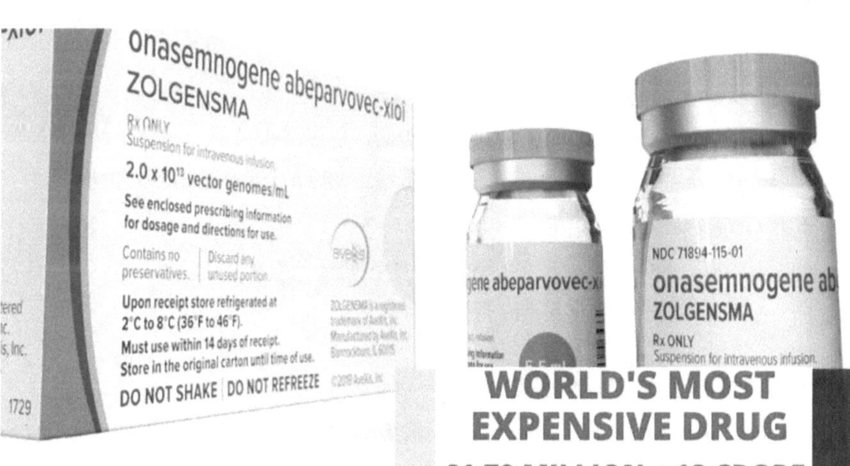
onasemnogene abeparvovec-xioi
ZOLGENSMA
Rx ONLY
Suspension for intravenous infusion
2.0 x 10¹³ vector genomes/mL
See enclosed prescribing information
for dosage and directions for use.
Contains no preservatives.
Discard any unused portion.
Upon receipt store refrigerated at
2°C to 8°C (36°F to 46°F).
Must use within 14 days of receipt.
Store in the original carton until time of use.
DO NOT SHAKE
DO NOT REFREEZE
1729
NDC 71894-115-01
onasemnogene ab
ZOLGENSMA
Rx ONLY
Suspension for intravenous infusion.
WORLD'S MOST
EXPENSIVE DRUG
£1.79 MILLION ₹18 CRORE

உயர் தொகை உத்தரவாதத்தை விற்கிறது

அதிக காப்பீட்டுத் தொகை வழங்குவது முக்கியம் அவசரகாலத்தில் போதுமான பாதுகாப்பு. இது உதவுகிறது நீங்கள் கடினமாக சம்பாதித்த பணத்தை சேமிக்கிறது. நான் யுனைடெட் இந்தியாவில் ஹெல்த் இன்சூரன்ஸ் விற்பனை செய்து கொண்டிருந்த போது 1995 ஆம் ஆண்டில் இன்சூரன்ஸ் கோ. லிமிடெட், குறைந்தபட்ச தொகை உத்தரவாதம் ரூ 5,000/- மற்றும் அதிகபட்ச உத்தரவாதம் ரூ.50,000/-. மெதுவாக உறுதி தொகை அதிகரித்தது குறைந்தபட்சம் பதினைந்தாயிரம் முதல் அதிகபட்சம் ரூ. 50,000/-. அதிக கவரேஜ் ஆரோக்கியம் தேவை அனைத்து காப்பீட்டு நிறுவனங்களின் காப்பீடு அதிகரிக்கிறது தொகை உறுதி மெதுவாக. இப்போது இந்தத் துறையில் அதிகம் கோடிக்கணக்கான சம் அஷ்யூர் கிடைக்கிறது.

உயர் தொகை உத்தரவாதம் தேவை

- சிறந்த சிகிச்சைக்காக
- ஆரம்பகால மீட்புக்கு
- மேலும் பலன்களுக்கு
- குறைந்த பிரீமியம் அதிக ஆபத்து
- வரிச் சலுகைகளை அனுபவிக்க
- ஆரோக்கியத்திற்கு அதிக மதிப்பு கொடுக்க வேண்டும்
- பரந்த அளவிலான கவரேஜுக்கு
- நீண்ட கால திட்டமிடலுக்கு மக்களுக்கு உதவுவதற்காக (மக்கள் பணத்திற்காக மக்கள் நலன்)

ஏன் ஹெல்த் இன்சூரன்ஸ்

சிறந்த மருத்துவமனையில் சிகிச்சை சிறந்த மருத்துவர்களுடன் சிறந்த உபகரணங்களுடன்/தொழில்நுட்ப நிபுணர் செலவு இல்லாமல்

இந்தியாவில் உள்ள சில சிறந்த மருத்துவமனைகள்

- அகில இந்திய மருத்துவ அறிவியல் நிறுவனம் (எய்ம்ஸ்) 1956 முதல்

- ஃபோர்டிஸ் மருத்துவமனை குழுக்கள், 1999 முதல்
- இந்திரபிரஸ்த் அப்பல்லோ- புது தில்லி, -1983 முதல்
- லீலாவதி மருத்துவமனை-மும்பை, 1997 முதல்
- டாடா மெமோரியல் மும்பை 1941 முதல்
- ஜவஹர்லால் நிறுவனம்-புதுச்சேரி முதல்- 1964
- சங்கர நேத்ராலயா-சென்னை, 1978 முதல்
- கோகிலாபென் மருத்துவமனை-மும்பை, 2009 முதல்
- ஜஸ்லோக் மருத்துவமனை-மும்பை, 1973 முதல்
- அப்பல்லோ மருத்துவமனை-பெங்களூரு, முதல்- 1983

இந்தியாவின் சிறந்த மருத்துவமனைகளைக் கருத்தில் கொண்டு, அதைவிட அதிகம் அந்த மருத்துவமனைகளில் இருந்து 400 சிறந்த வழங்குவதாக உறுதியளிக்கிறது எந்த நோயிலிருந்தும் குணமடைய சிகிச்சை. ஆனால் நடுத்தர மக்களுக்கு சிகிச்சை செலவு கட்டுப்படியாகாது வர்க்கம் அல்லது உயர் நடுத்தர குடும்பங்கள். உயர் சம் அஷ்யூர் கவரேஜ் இருப்பதை நீங்கள் அவதானிக்கலாம் அடிப்படையுடன் ஒப்பிடுகையில் பிரீமியத்தின் அதிக விலை அல்ல திட்டம். நீங்கள் கவனிக்கலாம், சில சமயங்களில் மருத்துவமனைக்குச் செல்வதற்கு முந்தைய செலவு 3 முதல் 4 லட்சத்திற்கும் அதிகமாக இருக்கும் நீங்கள் முக்கிய சுகாதார காப்பீட்டு திட்டங்களையும் உள்ளடக்கலாம்.

ஸ்டார் ஹெல்த் இன்சூரன்ஸ் வழங்கும் திட்டத்தைப் பார்ப்போம் எ.கா.

ஸ்டார் விரிவான திட்டம் USP:

- அறை வாடகைக்கு வரம்பு இல்லை
- நோய்களின் விலைக்கு வரம்பு இல்லை
- 100% க்ளைம் போனஸ் இல்லை
- அகில இந்திய ஒரு பிரீமியம்
- வாழ்நாள் முழுவதும் புதுப்பித்தல் உத்தரவாதம்
- மருத்துவமனை பணப் பலன்கள் உள்ளடங்கியவை
- ஏர் ஆம்புலன்ஸ் செலவு 5 லட்சம் வரை
- PED கவரேஜ் மூன்று ஆண்டுகளுக்குப் பிறகு மற்றும் 1 ஆம் ஆண்டுக்குப் பிறகு

அதிக கவரேஜ் அதிக நன்மைகள். இது உங்களைப் பற்றியது ஆரோக்கியம் அதில் இல்லை.

Caption: “விற்பனை செய்வது" என்பது "பேசும்" போன்றது என்று பெரும்பாலான மக்கள் நினைக்கிறார்கள்". ஆனால் மிகவும் பயனுள்ள விற்பனையாளர்கள் கேட்பது அவர்களின் வேலையின் மிக முக்கியமான பகுதியாகும் என்பதை அறிவார்கள்.

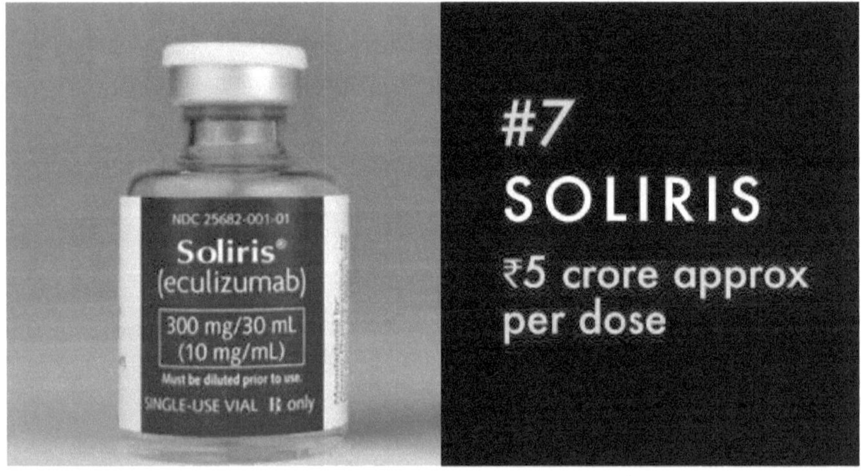

கலப்பு தயாரிப்புகளை விற்பனை செய்தல்

கூட்டுப் பொருள் என்றால் இரண்டு/மூன்று விற்பனை என்று பொருள் வாய்ப்புகளுக்கு ஒரு நேரத்தில் தயாரிப்புகள். வழங்குதல் அவரது/அவளைக் குறைக்க அதே தயாரிப்புகளின் நன்மைகள் ஏதேனும் உடல்நலக் கேடுகளால் ஏற்படும் இழப்புகள். உடல்நலக் காப்பீடு என்பது இழப்பீட்டுத் தொகையாகும். அது பொறுப்புகள் நிகழ்ந்தன அல்லது ஏற்படக்கூடியவை என்று பொருள். ஒரு தரப்பு மருத்துவமனையில் அனுமதிக்கப்படுவதால் எதிர்காலம் மற்றொரு தரப்பினரின் நிதிக்கு இழப்பீடு இழப்புகள். இங்கே நீங்கள் கவனிக்கிறீர்கள், மொத்த நிதி இழப்புகள் தயாரிப்பு காரணமாக ஈடுசெய்ய முடியவில்லை உட்பிரிவுகள் அல்லது ஒழுங்குமுறை வழிகாட்டி வரிகள். இங்கே என தொழில்முறை சுகாதார காப்பீட்டு ஆலோசகர் நீங்கள் வேண்டும் .ரண்டு பொருட்களை ஒரு முறை விற்பனை செய்யுங்கள். இரண்டு தயாரிப்புகளை விற்பனை செய்வதற்கான சில எடுத்துக்காட்டுகள் கீழே உள்ளன. மற்றும் வாடிக்கையாளர்களுக்கு அவற்றின் நன்மைகள். நான் நான்கு எடுக்கிறேன் நட்சத்திர சுகாதார காப்பீட்டின் கூட்டு தயாரிப்புகள் இங்கே :

1. குடும்ப ஆரோக்கிய ஆப்டிமா + இரவு உபரி
2. நட்சத்திர அமுக்க + மருத்துவமனை பணம்
3. இளம் நட்சத்திரம் + வெளிநோயாளர் பராமரிப்பு
4. மெடி கிளாசிக் + கிரிடிகேர் கவரேஜ் குடும்ப ஆரோக்கிய ஆப்டிமா + இரவு உபரி நன்மைகள்:
    a. உயர் தொகை உத்தரவாதத்தை உள்ளடக்கியது
    b. உபரியாக ஓராண்டுக்குப் பிறகு *PED* கவரேஜ்
    c. மற்ற திட்டங்களை ஒப்பிடுகையில் குறைந்த பிரீமியம்
    d. சாலை ஆம்புலன்ஸ் கட்டணம்
    e. ஏர் ஆம்புலன்ஸ் கட்டணம்
    f. உறுப்பு தானம் செய்பவர்களின் செலவுகளுக்கு வரம்புகள் இல்லை

நட்சத்திர அமுக்கம் + மருத்துவமனை பணப் பலன்கள்:

a. ஒரு நாளைக்கு கூடுதலாக *3* முதல் *5* ஆயிரம்

b. ஒரு வருடத்தில் *180* நாட்கள் வரை கவரேஜ்

c. ஒரு நாளைக்கு *200%* ஐசியுவில்

d. தற்செயலான மருத்துவமனையில் ஒரு நாளைக்கு *150%*

e. இரண்டு வருடங்கள் கழித்து குழந்தை பிறந்தால் காப்பீடு செய்யலாம்

f. உலகளாவிய கவரேஜ்

இளம் நட்சத்திரம் + வெளிநோயாளர் பராமரிப்பு நன்மைகள்:

a. பல் மருத்துவச் செலவுகளுக்கான பாதுகாப்பு

b. நோயறிதல், பிசியோதெரபி மற்றும் தீங்கு

c. ரூ. வரை முழு வரிச் சலுகைகளைப் பெற. *25,000/-*

மெடி கிளாசிக் + கிரிடிகேர் கவரேஜ் நன்மைகள்:

a. முழு காப்பீட்டுத் தொகையை செலுத்துதல்

b. உயர் தொகை உத்தரவாதத்தின் கவரேஜ்

c. பிரீமியம் வசூல் ரூ.*25,000/-* வரை

d. அதிகபட்ச ஆயுஷ் சிகிச்சை செலவு கவரேஜ்

e. நவீன சிகிச்சை கவரேஜ்

*IMAGE (“*விற்பனை என்பது அதிகமாக விற்பனை செய்வதல்ல ஆனால் நம்பிக்கையை வளர்ப்பது மற்றும் கல்வி*")*

(Page 132 Bruce Lee Image)

புரூஸ் லீ *(Bruce Lee)*

> **“ஒரு முறை 10,000 உதைகளை கடைப்பிடித்தவர் அல்ல என்று நான் அஞ்சுகிறேன், ஆனால் ஒரு கிக் 10,000 முறை பயிற்சி செய்த மனிதனுக்கு நான் அஞ்சுகிறேன்.”**

சரியான முகவர் & தவறான முகவர்

காப்பீட்டு நிறுவனம் சிறந்த தொழில்களில் ஒன்றாகும் உலகம். நீங்கள் எல்லா வகையான மக்களையும் சந்திக்க முடியும் என்பதால் இந்த தொழில் மற்றும் அவர்களின் பிரச்சினைகளை தீர்க்க. எனவே எடுத்துக் கொள்ளுங்கள் அது தீவிரமாக. அவர்களின் பிரச்சினைகளைத் தீர்ப்பதன் மூலம், நீங்கள் வளருவீர்கள் மக்களுடன் அந்நியர் தொடர்புகள் மற்றும் அதனால் மேலும் வெற்றி பெறுங்கள், எனவே அனைத்தையும் நிறைவேற்றும் உன் கனவுகள். இன் சில குணங்கள் பின்வருமாறு நல்ல காப்பீட்டு முகவர்.

யார் சரியானவர்?

- கடின உழைப்பு
- லட்சியம்
- சுய உந்துதல்
- கிளப்பிற்கு தகுதி பெறுகிறது
- தினமும் வேலை செய்கிறது
- கற்றுக்கொள்ள விருப்பம்
- மாற்ற விருப்பம்
- உங்கள் அழைப்புகளுக்கு பதிலளிக்கவும்
- உங்கள் முயற்சிகளுக்கு பதிலளிக்கிறது
- பார்வை உள்ளது
- முழுமையான அறிவு உடையவர்
- இலக்கு உள்ளது
- நோக்கம் கொண்டது
- ஒவ்வொரு நாளும் கண்காணிப்பு தேவையில்லை
- நேர்மறை மனப்பான்மை கொண்டவர்
- வருத்தம் அடையாது
- இயல்பில் குறை கூறாமல் இருப்பது
- சொந்த தொழிலில் கவனம் செலுத்துகிறார்
- சுகாதார காப்பீட்டு வணிகத்தில் கவனம் செலுத்துகிறது
- மட்டுமே

- மன வலிமை உடையவர்
- உணர்ச்சி ரீதியாக வலிமையானவர்
- உங்களுக்குக் கீழ்ப்படியுங்கள்
- உங்களை மதிக்கிறேன்
- உங்களைப் போற்றுகிறது
- பயிற்சி எடுக்கிறார்
- இணையத்தில் முன்னிலையில் உள்ளது
- அலுவலகம் வைத்திருக்க விருப்பம்
- பணியாளர்கள் இருக்க விருப்பம்
- பணியை ஒப்படைக்க விருப்பம்
- வாடிக்கையாளர் சேவையில் சரியான அணுகுமுறை
- காப்பீட்டுத் தொழிலில் சரியான அணுகுமுறை
- காப்புறுதிக்கான அர்ப்பணிப்பு மற்றும் விசுவாசம் தொழில்

சரியான முகவர் சொர்க்கம்

- தனக்காக/தனக்காக
- அவன்/அவள் குடும்பத்திற்காக
- அவனது நண்பர்கள் மற்றும் உறவினர்களுக்காக
- அவரது மதிப்புமிக்க வாடிக்கையாளர்களுக்காக

"சரியான சுகாதார காப்பீட்டு முகவராக இருங்கள்"

(Denzel Washington Quote):

"டென்செல் வாஷிங்டன் ஒருமுறை கூறினார், "உங்களை விட அதிகமாகச் செய்யும் ஒருவரால் நீங்கள் ஒருபோதும் விமர்சிக்கப்பட மாட்டீர்கள். யாராவது குறைவாகச் செய்வதன் மூலம் நீங்கள் எப்போதும் விமர்சிக்கப்படுவீர்கள். அதை நினைவில் கொள்க."

ஏஜென்சி முதலீடு

இன்சூரன்ஸ் ஏஜென்சி என்பது ஒரு வணிகத்திற்கும் தேவை மற்ற தொழில் போன்ற முதலீடு. இரண்டு வகையான ஒரு வெற்றிகரமான முயற்சிக்கு தேவையான முதலீடு காப்பீட்டு முகவர்.

நேரம்

பணம்

நேர முதலீடு:

குறைந்தபட்சம் 3-4 மணிநேரம் மற்றும் தினசரி 6-8 மணிநேரம்.

- *3-10 புதிய வாய்ப்புகளை சந்திக்கவும்*
- *அவர்களைப் பின்தொடரவும்*
- *வணிகம் கற்றுக்கொள்*
- *ரைட் ஃபாலோ அப் கடிதம்*
- *பயிற்சியில் கலந்துகொள்*
- *கூட்டத்தில் கலந்துகொள்*
- *கிளை அலுவலகத்தில் கலந்து கொள்ளுங்கள்*

பண முதலீடு:

- *உண்மையில் பூஜ்யம்*
- *முன்னுரிமை ஏதாவது*
- *தொழில்முறை ஆடைகள்*
- *ஒரு மடிகணினி*
- *மென்பொருள்*
- *விற்பனை பயிற்சி*
- *ஊழியர்களின் சம்பளம்*
- *அலுவலக வாடகை*
- *எழுதுபொருள் மற்றும் அச்சிடுதல்*
- *பிற செலவுகள்*

“இன்சூரன்ஸ் ஏஜென்சியின் அழகு
நீங்கள் முதலீடு செய்ய ஆரம்பிக்கலாம்”
நீங்கள் சம்பாதிக்க ஆரம்பித்தவுடன்

(page 139 Blank)

(page 140 Blank)

இலக்கு நிர்ணயம்

இலக்கு அமைப்பது சிந்தனைக்கு ஒரு சக்திவாய்ந்த செயல்முறையாகும். உங்கள் சிறந்த எதிர்காலம் மற்றும் உங்களை ஊக்குவிப்பதற்காக இந்த எதிர்காலத்தைப் பற்றிய உங்கள் பார்வையை யதார்த்தமாக மாற்றுவதற்கு. இலக்குகளை அமைக்கும் செயல்முறை நீங்கள் எங்கு தேர்வு செய்ய உதவுகிறது. நீங்கள் வாழ்க்கையில் செல்ல விரும்புகிறீர்கள். இலக்குகளை அமைப்பது உங்களால் முடிந்த மிக முக்கியமான விஷயம். உங்கள் வாழ்க்கையில் செய்யுங்கள். இலக்கு இல்லாமல் நீங்கள் பெறுவீர்கள். எந்த திசையும் இல்லை, வெற்றி பெற வேண்டும் என்ற லட்சியமும் இல்லை உங்களுக்கான தொழிலைக் கண்டுபிடிப்பதில் சிக்கல். காப்பீட்டு ஆலோசகருக்கு ஒரு இலக்கை நிர்ணயிப்பது மிகவும் முக்கியம், பின்வரும் விதிகள் உங்கள் இலக்கை அமைக்க உதவும் அவற்றை அடைய.

உங்கள் இலக்கை அமைக்க பதினாறு கோல்டன் விதிகள்:

1. உங்கள் திறனைத் திறக்கவும்

முன்னேற்றத்தின் சக்தி மனிதனுக்கு அடிப்படை இயற்கை. மனித ஆற்றல் என்பது மனிதர்களுக்கான திறன் படிப்பு, பயிற்சி மூலம் தங்களை மேம்படுத்திக் கொள்ள, மற்றும் அவர்களின் திறன் வரம்பை அடைய பயிற்சி.

சாத்தியம் மிகவும் பெரியது, அதை வார்த்தைகளில் வரையறுக்க வேண்டும் சாத்தியமற்றது. நாம் ஒவ்வொருவரும் இங்குதான் தனித்தனியாக இருக்கும் சுதந்திரத்தை வெளிப்படுத்துகிறது மனிதன்"

- சாதிக்கும் திறன் உங்களிடம் உள்ளது என்று நம்புங்கள்.
- உங்கள் சொந்த சிந்தனை உங்கள் சொந்த உலகத்தை உருவாக்கியது.
- உங்கள் பலவீனம் மற்றும் வலுவான புள்ளிகளை அறிந்து கொள்ளுங்கள்.

- உங்கள் பலவீனத்தை சமாளிக்க தயாராக இருங்கள்.
- உடனடியாக நடவடிக்கை எடுக்க வேண்டும் கடந்து வா

2. உங்கள் வாழ்க்கையின் பொறுப்பை எடுத்துக் கொள்ளுங்கள்

- உங்கள் மிகப்பெரிய பிரச்சனை அல்லது மூலத்தைக் கண்டறியவும் இன்று வாழ்க்கையில் எதிர்மறை
- உங்களை உங்கள் நிறுவனத்தின் CEO ஆகப் பாருங்கள்.
- மற்றவர்களைக் குறை கூறுவதை நிறுத்துங்கள்
- சாக்குப்போக்கு சொல்வதை நிறுத்திவிட்டு முன்னேறத் தொடங்குங்கள்.
- உங்களை புண்படுத்தியவர்களை மன்னியுங்கள்.
- உங்கள் உணர்ச்சிகளைக் கட்டுப்படுத்துவது மிகவும் முக்கியம்.

3. வரம்பற்ற சிந்தனையைப் பயிற்சி செய்யுங்கள்

நீங்கள் பெரியதாக சிந்திக்க பயிற்சி செய்தால், நீங்கள் ஒரு திட்டத்தை உருவாக்குவீர்கள் பெரிய அளவில், அடிக்கடி நிறைய நேரம், முயற்சி, அல்லது பணம். பெரிதாக நினைப்பது என்பது அடிப்படையில் பார்ப்பதைக் குறிக்கிறது விளைவுக்கான நீண்ட கால பரிசீலனை பற்றிய விஷயங்கள்

- ஐந்து ஆண்டுகளுக்குப் பிறகு நீங்கள் எவ்வளவு சம்பாதிப்பீர்கள் இன்று முதல்?
- நீங்கள் எந்த வகையான வாழ்க்கை முறையைக் கொண்டிருப்பீர்கள்?
- நீங்கள் எந்த வகையான வீட்டில் வசிப்பீர்கள்?
- நீங்கள் எந்த வகையான காரை ஓட்டுவீர்கள்?
- நீங்கள் வங்கியில் எவ்வளவு வைத்திருக்க வேண்டும்?
- ஒவ்வொரு மாதமும் எவ்வளவு முதலீடு செய்கிறீர்கள்?
- நீங்கள் ஓய்வு பெறும்போது உங்களுக்கு எவ்வளவு வேண்டும்?

4. சிறந்த ஆரோக்கியம் மற்றும் உடற்தகுதி:

ஆரோக்கியம் என்றால் ஒருவருக்கு நல்ல உடல் ஆரோக்கியம் உள்ளது. காயங்கள், நோய்கள் அல்லது பிரச்சினைகள் இல்லை, நல்ல மனநிலை ஆரோக்கியம் மற்றும் நல்வாழ்வு. உடற்தகுதி என்பது உடல்

நிலை அல்லது நிலை செயலில். உடற்தகுதி என்பது பொதுவான ஊட்டச்சத்தின் விளைவாகும் சரியான கண்டிஷனிங், மற்றும் உடற்பயிற்சி என்பது பொதுவான நிலை உடல் மற்றும் மன நலம்.

சரியாக வேலை செய்வதற்கு ஆரோக்கியமாக இருப்பது அவசியம் உற்பத்தியாக வாழ. உடற்தகுதி முக்கியமானது, ஏனெனில் அது நமக்கு உதவுகிறது சிரமங்களை எதிர்கொள்ளாமல் வேலை செய்து நம்மை அதிகரிக்கிறது நோயை உண்டாக்கும் கிருமிகளுக்கு எதிர்ப்பு. தொடர்ந்து கவனித்து.

- இப்போதிலிருந்து உங்கள் உடல்
- உங்கள் சிறந்த எடை என்னவாக இருக்கும்
- ஒவ்வொரு நாளும் எவ்வளவு உடற்பயிற்சி செய்ய வேண்டும்
- உங்கள் ஒட்டுமொத்த ஆரோக்கிய நிலை என்னவாக இருக்கும்
- என்ன மாற்றத்தை நீங்கள் செய்ய ஆரம்பித்திருப்பீர்கள் இன்று
- உங்கள் ஒட்டுமொத்த ஆரோக்கிய நிலை என்னவாக இருக்கும்
- என்ன மாற்றத்தை நீங்கள் செய்ய ஆரம்பித்திருப்பீர்கள் இன்று

5. உங்கள் உண்மையான இலக்குகளைத் தீர்மானிக்கவும்:

- உங்கள் இலக்கை தனிப்பட்டதாக ஆக்குங்கள்
- உங்கள் வாழ்க்கையில் நீங்கள் உண்மையில் என்ன செய்ய விரும்புகிறீர்கள்
- உங்களுக்கு உண்மையில் என்ன வேண்டும் என்பதை உடனடியாக முடிவு செய்யுங்கள்
- ஒவ்வொருமாதமும்உங்கள்வருமானத்தைஇரட்டிப்பாக்குங்கள்.
- நீங்கள் ஆறு மாதங்கள் மட்டுமே வாழ்ந்தால் உங்கள் இலக்கு என்ன?
- நீங்கள் விரும்புவதைச் செய்யுங்கள் நான் மற்றவர்களிடமிருந்து வித்தியாசமாக இருக்க வேண்டும்
- ஒவ்வொரு மாதமும் வருடமும் தெளிவான நிதி இலக்கை அமைக்கவும்.

6. ஒரு தொடக்கக்காரரைப் போல் தொடங்குங்கள்:

உங்கள் வாழ்க்கையில் எந்த நேரத்திலும் நீங்கள் புதிய விஷயங்களைக் கற்றுக்கொள்ளலாம் நீங்கள் ஒரு தொடக்கக்காரராக

இருக்க தயாராக உள்ளீர்கள். நீங்கள் உண்மையில் கற்றுக்கொண்டால் ஒரு தொடக்கநிலையை விரும்புவதற்கு, உலகம் முழுவதும் திறக்கிறது உனக்கு. உங்கள் இலக்கை நிறைவேற்ற கடவுள் மற்றொரு நாளைக் கொடுத்துள்ளார் அடைய முயற்சி செய்யுங்கள். எப்பொழுதும் ஒரு நாளைப் தொடக்கக்காரர் போல் தொடங்குங்கள்

7. உங்கள் முன்னேற்றத்தை அளவிடவும்:

தினசரி அடிப்படையில், முன்னேற்றத்தை அளவிடவும் உங்கள் செயல்முறை இலக்குகளை நோக்கி நகர்தல். நீங்கள் எவ்வளவு உழைக்கிறீர்கள் என்பது முக்கியமல்ல, அந்த வேலை உங்களை அந்த நாளின் செயல்முறை இலக்குகளை முடிப்பதற்கு நெருக்கமாக அழைத்துச் செல்கிறதா என்பது மட்டும்தான். ஒரு விளைவு இலக்கை நோக்கி ஒட்டுமொத்த இயக்கத்தைக் கண்காணிப்பதன் மூலம், உங்கள் செயல்முறை இலக்குகள் என்ன செய்ய வேண்டும் என்பதைச் சரிபார்க்கவும்.

8. உங்கள் சாலைத் தடைகளை அகற்றவும்:

அவைகளை நாம் கவனித்துக்கொள்வது முக்கியம் எங்கள் இலக்கை நிறைவேற்றுவதற்கான பாதையில் தடைகள்.

- தற்காலிக தோல்வி எப்போதுமே வெற்றிக்கு முந்தியதாகும்
- பிரச்சனை அல்ல தீர்வுகளின் அடிப்படையில் சிந்தியுங்கள்
- சிக்கலைத் தீர்க்கும் திறனைக் கற்றுக்கொள்ளுங்கள்
- உங்களை நீங்களே பாருங்கள்
- உங்கள் தடைகளை முன்னுரிமையின்படி ஒழுங்கமைக்கவும்
- உங்கள் வருமானத்தை அதிகரிக்கும்

9. உங்கள் துறையில் நிபுணராகுங்கள்:

உங்களில் ஒரு நிபுணராக அல்லது அதிகாரியாக நீங்கள் காணப்பட்டால்துறையில், உங்கள்பிராண்ட் நன்குஅறியப்படும்மற்றும் இலாபகரமான. உங்கள் வாடிக்கையாளர்கள் எப்போது உங்களிடம் வருவார்கள் நீங்கள் உங்கள் துறையில் நிபுணராகிவிடுவீர்கள்.

- 80/20 விதி மறுபரிசீலனை செய்யப்பட்டது.
- பெரிய உள்ளம்

- உங்களுக்குத் தேவையான அறிவைக் கண்டறியவும்
- ஒரு தொழிலை நகர்த்தவும்
- உங்கள் முக்கிய முடிவு பகுதிகளை அடையாளம் காணவும்
- முதல் தடத்திற்குச் செல்லவும்
- உங்கள் திறமைகளை வளர்த்துக் கொள்ளுங்கள்

10. சரியான நபர்களுடன் தொடர்பு கொள்ளுங்கள்:

வெற்றிகரமான மக்கள் தாங்கள் யார் என்பதைத் தேர்ந்தெடுப்பார்கள். உடன் நேரத்தை செலவிடுங்கள். இருப்பவர்களுடன் பழகவும் படைப்பு மற்றும் ஊக்கமளிக்கும். நீங்கள் எப்படி செய்யலாம் என்பது இங்கே அதே.

- உங்கள் முக்கிய வணிக உறவுகள்
- உங்கள் வாடிக்கையாளர்களை அடையாளம் காணவும்
- உங்கள் வாடிக்கையாளர் சேவை உத்தி
- சரியான நபர்களைச் சுற்றி வரவும்
- தவறான பணியில் கடின உழைப்பு
- உங்கள் மற்ற முக்கிய வாடிக்கையாளர்கள்
- ஒரு குழு வீரராக இருங்கள்
- கழுகுகளுடன் பறக்க

11. செயல் திட்டத்தை உருவாக்கவும்:

உங்கள் தினசரித் திட்டம், ஒவ்வொன்றையும் செய்ய வேண்டியவற்றைப் பட்டியலிடுங்கள் நாள் உங்கள் தினசரி "நோ மேலாண்மை நடவடிக்கையை உருவாக்குங்கள் திட்டம்". அந்த நாளில் நீங்கள் எதை அடைய விரும்புகிறீர்கள் என்பதை தினமும் திட்டமிடுங்கள். இது நீங்கள் என்பதை உணர்த்தும் பொது அறிவு விதி ஒவ்வொரு நாளும் சில முன்கூட்டியே திட்டமிட வேண்டும் உங்கள் நினைவகத்தை மட்டும் சார்ந்திருக்க வேண்டாம்

- திட்டமிடல் செயல்முறை முக்கியமானது
- திட்டமிடல் செயல்முறை முக்கியமானது
- திட்டமிடல் நேரத்தையும் செலவையும் மிச்சப்படுத்துகிறது
- முன்னுரிமையைத் தீர்மானிக்கவும்
- முதலில் தோல்வியை எதிர்பார்க்கலாம்
- தீர்வுக்கு கவனம் செலுத்துங்கள்

- காகிதத்தில் சிந்தியுங்கள்
- முக்கியமான முடிவுகளைத் தீர்மானிக்கவும்

12. உங்கள் நேரத்தை நன்றாக நிர்வகிக்கவும்:

"நேர மேலாண்மை" என்பது ஒழுங்கமைக்கும் செயல்முறையாகும் உங்கள் நேரத்தை எவ்வாறு பிரிப்பது என்று திட்டமிடுங்கள் குறிப்பிட்ட நடவடிக்கைகள். நல்ல நேர மேலாண்மை உதவுகிறது நீங்கள் புத்திசாலித்தனமாக வேலை செய்ய வேண்டும் – கடினமாக இல்லை – அதனால் நீங்கள் பெறுவீர்கள் நேரம் இறுக்கமாக இருந்தாலும் கூட, குறைந்த நேரத்தில் மேலும் செய்யப்படுகிறது அழுத்தங்கள் அதிகம்.

- சரியான நேரத்தில் செய்ய வேண்டிய சரியான விஷயம்
- உளவுத்துறையின் விதி
- உங்கள் நீண்ட கால இலக்கை தீர்மானிக்கவும்
- செய்ய வேண்டிய வேலைகளின் பட்டியலுடன் இருப்பது
- அவசரத்தை முக்கியமானவற்றிலிருந்து பிரிக்கவும்
- 80/20 விதியைப் பயன்படுத்துங்கள் (உங்கள் விற்பனையில் 80 சதவீதம் உங்கள் வாய்ப்புகளில் 20 சதவீதத்திலிருந்து வந்தவை)
- மிகவும் மதிப்புமிக்க பணியைத் தேர்வுசெய்க
- உங்களைப் பாதையில் வைத்துக் கொள்ளுங்கள்
- நேர மேலாண்மை பழக்கத்தை வளர்த்துக் கொள்ளுங்கள்

13. தினசரி உங்கள் இலக்குகளை மதிப்பாய்வு செய்யவும்:

உங்கள் முக்கிய இலக்கை தினமும் மதிப்பாய்வு செய்வதன் மூலம், நீங்கள் அவற்றை வைத்திருக்கிறீர்கள் உங்கள் மனதில் முன்னணியில். இந்த வழியில், நீங்கள் உறுதி நீங்கள் உங்கள் நேரம், ஆற்றல் மற்றும் கவனத்தை செலுத்துகிறீர்கள். ஒவ்வொரு நாளும் மிக முக்கியமான விஷயம். செய்துகொண்டிருக்கிறேன். மற்ற வாய்ப்புகளுக்கு 'இல்லை' என்று சொல்வது மிகவும் எளிதானது உங்கள் கவனத்தை திசைதிருப்பலாம்.

14. உங்கள் இலக்கை தொடர்ந்து காட்சிப்படுத்துங்கள்:

காட்சிப்படுத்தல் உங்களுக்கு உதவும் ஒரு பயனுள்ள நுட்பமாகும் உங்கள் இலக்குகளை அடைந்து உங்கள் கனவுகளை வாழுங்கள். இது

வேலை செய்கிறது உங்கள் மனதையும் உடலையும் நீங்கள் எதற்கு தயார்படுத்துகிறீர்கள் நடக்க வேண்டும் - மற்றும், உடற்பயிற்சி போலவே, மேலும் நீங்கள் அதைச் செய்கிறீர்கள், அது வலுவாக மாறும்.

15. தினமும் ஏதாவது செய்யுங்கள்:

நீங்கள் ஒவ்வொரு நாளும் செய்யும் காரியங்கள் ஒரு குறிப்பிட்ட அளவில் இருக்கும், மற்றும் கண்ணுக்குத் தெரியாத ஒரு வகையான கட்டிடக்கலையை உங்களுக்கு வழங்குங்கள் தினசரி வாழ்க்கை.

- வெற்றிகரமான நபர்கள் செயல் சார்ந்தவர்கள்
- வாய்ப்புகளை நோக்கி முதலில் செல்லுங்கள்
- உங்கள் வாய்ப்புக்கு தயாராக இருங்கள்
- பயன்படுத்தாமல் இருந்தால் எப்படியும் காலம் கடந்துவிடும்.
- உங்கள் இலக்கை நோக்கி உங்கள் நேரத்தை கவனமாக திட்டமிடுங்கள்.
- உங்களுக்குள் தொடர்ச்சியான ஆற்றலை உருவாக்குங்கள்.

16. எல்லா நேரத்திலும் நெகிழ்வாக இருங்கள்:

நெகிழ்வுத்தன்மை என்பது குறுகிய காலத்திற்கு சரிசெய்யும் திறன் விரைவாகவும் அமைதியாகவும் மாற்றவும். அதனால் நீங்கள் சமாளிக்க முடியும் எதிர்பாராத சிக்கல்கள் அல்லது பணிகள் திறம்பட.

- மாற்றத்தின் வேகம்
- புதிய தகவல்களுக்கு திறந்திருங்கள்
- புதிய தொழில்நுட்பம்
- ஆறுதல் மண்டலத்திற்கு வெளியே
- போட்டி அழுத்தங்கள் முடிவற்றவை
- உங்கள் உறவுகளை நெகிழ்வாக இருங்கள்
- தெளிவாகவும் நெகிழ்வாகவும் இருங்கள்

> **“திட்டம் இல்லாத ஒரு இலக்கு ஒரு ஆசை தான்”**

IMAGE on page 150: “இந்தியாவில் சுகாதார காப்பீட்டின் முக்கியத்துவம்”

புதுப்பித்தல் சேகரிப்பு

ஹெல்த் இன்சூரன்ஸ் பாலிசியை புதுப்பித்தல் மிகவும் முக்கியமானது. புதிய வணிகத்திற்கு சமமாக முக்கியமானது. சரியான நேரத்தில் புதுப்பித்தல் சீரற்ற காத்திருப்பு இல்லை என்பதை உறுதிப்படுத்திக் கொள்ளலாம் மருத்துவச் செலவுகளுக்கான காப்பீட்டைப் பெறுவதற்கான காலம்.

புதுப்பித்தலை சேகரிப்பதற்கு முன் கொடுக்க வேண்டிய தகவல்

- உங்கள்மதிப்புமிக்கவாடிக்கையாளருடன்இணைக்கப்பட்டது 45 நாட்களுக்கு முன் அவரது பாலிசி காலாவதியாகும் காலாவதியாகும்.
- SMS, Whatsapp அல்லது வேறு ஏதேனும் படிவங்கள் மூலம்
- புதுப்பித்தல் விளக்கக்காட்சியைத் தயாரிக்கவும்

புதுப்பித்தல் விளக்கக்காட்சி:

- முன்மொழிபவரின் பெயர்
- ஏற்கனவே உள்ள கொள்கையின் தொகை உறுதி
- தற்போதுள்ள பாலிசியின் க்ளைம் போனஸ் தொகை இல்லை
- கொள்கை தொடங்கும் தேதி
- அடிப்படை தொகை உத்தரவாதம், போனஸ், ரீசார்ஜ் பலன்கள் முதலியன
- உடல்நலம் கன்னத்தை உயர்த்துதல் (நிறுவனத்தின் சலுகை)
- மேம்படுத்தல் தொகை உத்தரவாதத்திற்கு
- நிலையான விலக்கின் கவரேஜ்
- நிறுவனத்தின் புதிய மதிப்பு கூட்டப்பட்ட சேவைகள்
- உங்களின் ஏதோவொன்றைப் பற்றிய தகவல் நிறுவனத்தின் வளர்ச்சி.
- சில முக்கியமான கோரிக்கை பற்றிய தகவல் இந்த ஆண்டு உங்கள் வாடிக்கையாளரின் கட்டணம்.
- உங்கள் சாதனைகள் பற்றிய தகவல்.

- சில புதிய தயாரிப்புகள் பற்றிய தகவல்கள்.
- புதுப்பித்தல் சேகரிப்புக்கான நேரத்தை நிர்ணயித்து அனைத்தையும் கொடுங்கள் உங்கள் வாடிக்கையாளருக்கு முக்கியமானது.
- அவர் தனது பிரீமியத்தை இன்னும் ஒரு வருடத்திற்கு செலுத்துகிறார். அதனால் பற்றிய அனைத்து தகவல்களையும் கொடுக்க நீங்கள் பொறுப்பு புதிய புதுப்பித்தல் கொள்கை.
- நீங்கள் புதுப்பித்தல் பிரீமியத்தை சேகரிக்க முயற்சிக்க வேண்டும் குறைந்தபட்சம் பாலிசி காலாவதியாகும் *15* நாட்களுக்கு முன்.

(page 153 Blank)

(page 154 Blank)

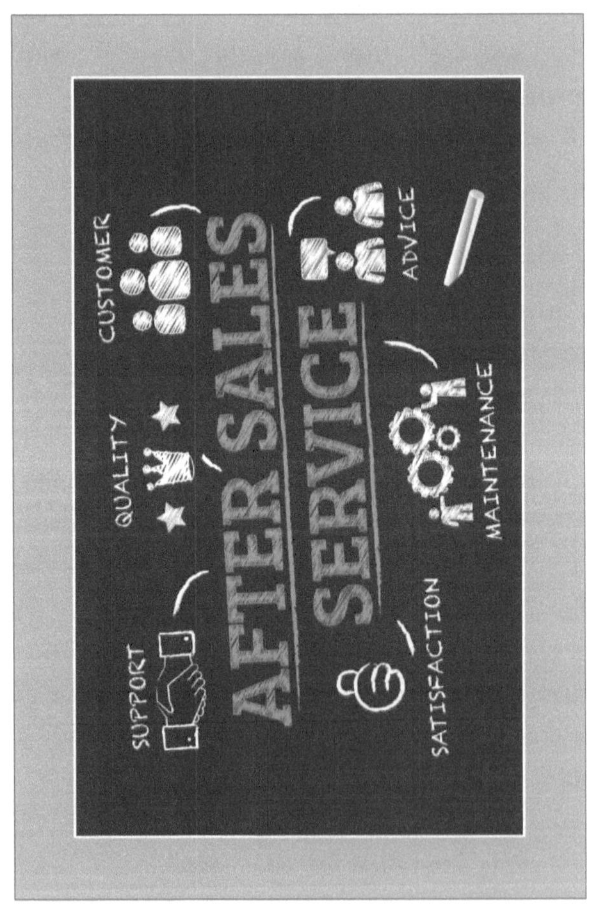

விற்பனைக்குப் பின்

விற்பனைக்குப் பிந்தைய சேவை என்பது விற்பனையின் முக்கிய பகுதியாகும் ஒரு வாடிக்கையாளருக்கு செயல்முறை. உங்களுக்கு இருந்த அனைத்து நன்மைகளும் உங்கள் மீது நீங்கள் குறிக்க வேண்டிய கொள்கை பற்றி விவாதிக்கப்பட்டது பாலிசிதாரருக்குக் காட்டப்பட வேண்டிய கொள்கை ஆவணம்.

அது ஏன் முக்கியமானது

- உங்கள் வாடிக்கையாளரைத் தக்க வைத்துக் கொள்ள
- அவரைப் பரிந்துரைக்கக்கூடிய வாடிக்கையாளராக மாற்றுதல்
- உங்கள் வணிகத்தை வலுப்படுத்த
- உடல்நலக் காப்பீட்டின் உண்மையான சக்தியை உணர
- ஒரு மனிதனுடன் இணைவதை உணர
- ஒரு குறிப்பிடத்தக்க உறவை உருவாக்க
- அவருக்கு புரிய வைக்க நான் வேறு மற்ற ஆலோசகர்கள்.
- உடல்நலக் காப்பீட்டின் முக்கியத்துவத்தை வழங்குதல்

பாலிசி ஒப்படைப்பிற்கான சந்திப்பை எடுத்துக் கொள்ளுங்கள்

- உங்களுடன் 20 நிமிட விளக்கக்காட்சி வாடிக்கையாளர்.
- ஏற்கனவே அனைத்து முக்கிய தகவல்களையும் ஹைலைட் செய்யவும்
- கொள்கை எடுப்பதற்கு முன் விவாதிக்கப்பட்டது.
- பணமில்லா அடையாள அட்டை முக்கியமானது.
- நெட்வொர்க் மருத்துவமனை பட்டியல்.
- அவசரகாலத்தில் யாரை தொடர்பு கொள்ள வேண்டும் மருத்துவமனை.
- நேரத்திற்கு முன் புதுப்பித்தல் முக்கியம்.
- சிறந்த முடிவை எடுத்ததற்காக அவருக்கு நன்றி அவனுடைய குடும்பம்.

இணைக்கப்பட்ட வாடிக்கையாளர், உடன் இருப்பார் என்பதை நினைவில் கொள்ளுங்கள் அவன்/அவள் வாழ்நாள் முடியும் வரை நீ. அவன்/அவள் உணர வேண்டும் எனது உடல்நலக் காப்பீட்டு முகவர் எல்லாவற்றிலும் சிறந்தவர். அவன்/அவள் எனக்கு எந்த நேரத்திலும் உதவி செய்வார். உங்களிடம் உள்ளது வாடிக்கையாளரின் மனதில் வலுவான நம்பிக்கையை உருவாக்க. இது ஒரு தொடர்ச்சியான செயல்முறை மற்றும் உங்கள் வழக்கமான வருகை மதிப்புமிக்க வாடிக்கையாளர்.

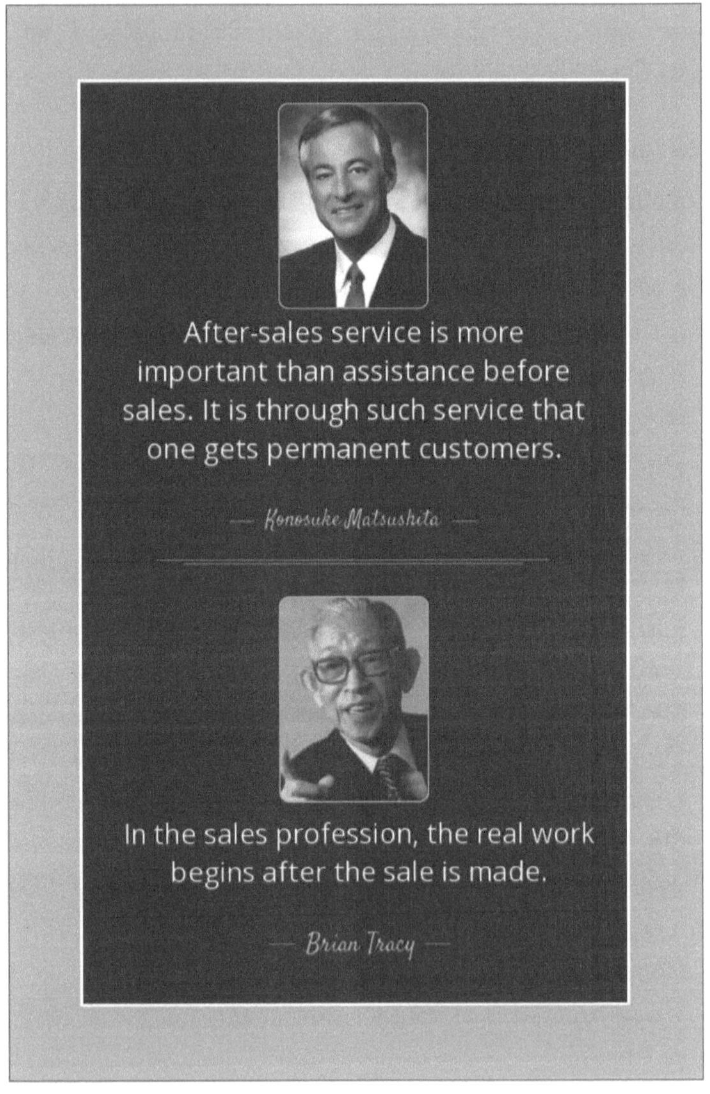

TRILOK PATTNAIK
(Author Of Book)
"HOW TO SELL HEALTH INSURANCE FAST"

KEY HIGHLIGHTS

- **Professional with 30 years of CORPORATE Experience** in Sales of **Health Insurance.**
- **14 years** of experience as **Sr. Sales Manager** in **Star Health & Allied Insurance Co. Ltd.** for Recruiting and Developing Agents.
- Developing maximum number of **Club Members** in his team.
- Developing maximum number of **Sales Managers** in his team/branch.
- More than **30 years** experience of **Underwriting** and **Claim Settlement**
- **Trained** more than **5000 agents** in his career.

tbpattnaik@gmail.com
9938010041

Contact for Online /Offline Training Programme

www.ingramcontent.com/pod-product-compliance
Lightning Source LLC
LaVergne TN
LVHW041108150826
845673LV00007B/1972
* 9 7 9 8 8 9 1 8 6 5 6 9 3 *